ஜப்பான்

ஒரு கீற்றோவியம்

ஜெயமோகன்

பிறந்தது 1962, ஏப்ரல் 22ல். பள்ளி நாள்களில் 'ரத்னபாலா' என்கிற சிறுவர் இதழில் முதல் கதையை எழுதினார். 1987ல் 'கணையாழி'யில் எழுதிய 'நதி' சிறுகதை பரவலாகக் கவனம் பெற்றது. 1988ல் எழுதப்பட்ட 'ரப்பர்' நாவல் அகிலன் நினைவுப் போட்டியின் பரிசைப் பெற்றது. இது தவிர கதா விருதும் சம்ஸ்கிருதி சம்மான் தேசிய விருதும் பெற்றுள்ளார். இவர் எழுதிய 'விஷ்ணுபுரம்' தமிழ் இலக்கிய உலகில் பெரிய கவனத்தைப் பெற்றதோடு விவாதத்தையும் ஏற்படுத்தியது. இவரது படைப்புகள் தொடர்ந்து தமிழ் இலக்கிய உலகில் அதிர்வலைகளையும் புதிய சாத்தியங்களையும் ஏற்படுத்திய வண்ணம் உள்ளன. தமிழ் மற்றும் மலையாளத் திரைப்படத் துறைகளிலும் இவரது பங்களிப்பு தொடர்கிறது.

கிழக்கு பதிப்பக வெளியீடுகளாக ஜெயமோகனின் புத்தகங்கள்

வெண்முரசு (மகாபாரதம் நாவல் வடிவில்)

- முதற்கனல்
- மழைப்பாடல்
- வண்ணக்கடல்
- நீலம்
- பிரயாகை
- வெண்முகில் நகரம்
- இந்திரநீலம்
- காண்டீபம்
- வெய்யோன்
- பன்னிரு படைக்களம்
- சொல்வளர்காடு
- கிராதம்
- மாமலர்

வெண்முரசு (நாவல் பகுதிகள்)

- எரிமலர்
- புல்லின் தழல்
- செம்மணிக்கவசம்
- இருள்விழி
- ஆயிரம் கைகள்

பிற நூல்கள்

- விஷ்ணுபுரம்
- ஏழாம் உலகம்
- உலோகம்
- கன்னிநிலம்
- ஊமைச்செந்நாய்
- ஜெயமோகன் சிறுகதைகள்
- ஜெயமோகன் குறுநாவல்கள்
- விசும்பு (அறிவியல் புனைகதைகள்)
- பேய்க்கதைகளும் தேவதைக்கதைகளும்
- நாவல் (கோட்பாடு)
- சாட்சிமொழி
- முன்சுவடுகள்
- வாழ்விலே ஒரு முறை
- லோகி (லோகிததாஸ் நினைவு)
- நவீன தமிழ் இலக்கிய அறிமுகம்
- புதியகாலம் (இலக்கிய விமர்சனம்)
- இன்று பெற்றவை (நாட்குறிப்புகள்)
- சிலுவையின் பெயரால்
- இந்து ஞான மரபில் ஆறு தரிசனங்கள்
- இந்திய ஞானம்
- அண்ணா ஹசாரே
- அபிப்பிராய சிந்தாமணி
- சொல்முகம்
- தனிக்குரல்
- புல்வெளிதேசம் (ஆஸ்திரேலிய பயணக்கட்டுரை)
- அருகர்களின் பாதை
- இந்தியப் பயணம்
- நூறு நிலங்களின் மலை
- குகைகளின் வழியே
- சூரியதிசைப் பயணம்
- ஈழ இலக்கியம்
- இலக்கியவிவாதக் கட்டுரைகள்

ஜப்பான்

ஒரு கீற்றோவியம்

ஜெயமோகன்

கிழக்கு

ஜப்பான்: ஒரு கீற்றோவியம்
Japan: Oru Keetroviyam

Jeyamohan ©

First Edition: December 2019
152 Pages

ISBN: 978-93-5135-036-1
Kizhakku 1185

Kizhakku Pathippagam
177/103, First Floor, Ambal's Building, Lloyds Road,
Royapettah, Chennai - 600 014. Ph: +91-44-4200-9603
Email : support@nhm.in Website : www.nhm.in

kizhakkupathippagam kizhakku_nhm

Photos: wikimediacommons, Jeyamohan, Shutterstock

Author's Email: jeyamohan.writer@gmail.com
Author's Website: www.jeyamohan.in | venmurasu.in

Kizhakku Pathippagam is an imprint of New Horizon Media Private Limited

<u>சமர்ப்பணம்</u>

சத்யானந்த யோக மையம் சென்னை
சௌந்தர் அவர்களுக்கு

2019 ஜூலையில் நானும் அருண்மொழியும் நண்பர் செந்தில் அழைப்பின் பேரில் ஜப்பான் சென்றோம். ஜப்பானின் பழைமையையும் புதுமையையும் சில நாட்களில் ஒரு விரைவான மின்னலோவியமாக பார்த்து மீண்டோம். அந்த நினைவுப்பதிவுகள் இவை. ஐரோப்பா, அமெரிக்கா போலவே ஜப்பானும் விரிவாக எழுதப்பட்ட நிலம். நான் இளைஞனாக இருந்தபோதே தி.ஜானகிராமனின் ஜப்பானியப் பயணக்கட்டுரையான 'உதயசூரியனின் நாட்டில்' என்னும் பயண கட்டுரையை படித்திருக்கிறேன். பின்னர் நாயர்சானின் வாழ்க்கைக்கதை வரை பலநூல்கள். அதற்கு அப்பாலும் ஜப்பானைப்பற்றி என்ன சொல்லமுடியும் என்றே தோன்றியது. ஆனால் ஒவ்வொருவரின் அனுபவங்களும் வேறுவேறு. விரிவான ஆய்வு வரலாற்றுக்கு ஓர் இடம் என்றால் விரைவான உடனடிப் பார்வைக்கு இன்னொரு இடம். இதில் நம் பார்வைக்குச் சிக்குவதில் 'கடவுள் அமைத்த' ஓர் ஒழுங்கு அல்லது தற்செயல் உள்ளது. அது காட்டும் சித்திரம் மிக தனித்தன்மையானது. இந்நூல் ஜப்பானைப்பற்றிய ஒரு மின்கணப் புகைப்படம் என்று சொல்வேன். இதிலும் ஜப்பானிய இலக்கியம், கலை, அரசியல், மதம், வரலாறு பற்றிய சுருக்கமான ஒரு முழுமைச்சித்திரம் உள்ளது.

ஜெயமோகன்

- 1 -

ஏழெட்டு ஆண்டுகளுக்கு முன்னால் எம்.எஸ் அவருடைய தனிப்பட்ட சில சேகரிப்புகளை எனக்குக் காட்டினார். அவற்றில் பெரும் பாலானவை நேஷனல் ஜியோகிராஃபிக், நேச்சர் முதலிய பத்திரிகை களிலிருந்து வெட்டி சேகரிக்கப்பட்ட புகைப்படங்கள். அன்று அவற்றைப் பார்க்கும்போது ஒரு விந்தை உணர்ச்சி உருவாகியது. ஒருவகை கடந்தகால ஏக்கம். ஆனால் அப்போது என்னுடன் இருந்த இளம் நண்பர் ஒருவர் திரும்பிவரும்போது 'அந்தப் படங்களை எல்லாம் எதற்காக வெட்டி சேர்த்திருக்கிறார்?' என்று என்னிடம் கேட்டார்.

நான் 'அந்தக் காலகட்டத்தை உங்களால் உணர முடியாது' என்று சொன்னேன்.

இன்று காட்சி ஊடகம் பெருகி பேய்க்கூட்டங்களென நம்மைச் சூழ்ந்திருக்கிறது. தொலைக்காட்சி வந்தபோதே காட்சி ஊடகம் மலியத் தொடங்கிவிட்டது. அதற்கு முன்னால் திரைப்படங்கள்தான் அனைவரும் அறிந்த ஒரே காட்சி ஊடகம். திரைப்படங்களும் மிகக் குறைவாகவே வெளிவந்தன. ஓவியமும் காட்சி ஊடகம்தான். ஆனால் ஓர் எளிய சுவரோவியத்தைப் பார்த்திருப்பவர்களே மிக அரிதானவர்கள். அன்று திரையரங்கு இருக்கும் ஊரிலிருந்து, பெரும் பாலான மக்கள் வாழும் சிற்றூர்கள் ஒரு சில நாட்கள் பயணத் தொலைவில் இருந்தன. வாழ்நாள் முழுக்க ஒரு படம்கூடப் பார்க்காதவர்களே மிகுதி.

அச்சூழலில் நாகர்கோவில் போன்ற ஒரு சிறிய ஊரில், உலகத்தின் ஒரு மூலையில், வாழும் ஒருவருக்கு உலகம் எனும் வார்த்தையே எண்ண எண்ணப் பரவசமூட்டுவது. பிரம்மாண்டமான கனவு அது. உலகம் என்பதை அறிய நேர்ந்தவர் உலகைப் பார்க்கும் வாய்ப்புக்காக

ஒவ்வொருவரும் தவித்துக்கொண்டிருந்தனர். 'மெக்கனாஸ் கோல்டு' என்னும் திரைப்படம் நாகர்கோவில் நகரில் மட்டும் நூறு நாட்கள் ஓடியிருக்கிறது. மீண்டும் திரையிடப்படும்போது அது மீண்டும் பல நாட்கள் ஓடும். பார்த்தவர்களே மீண்டும் வருவார்கள். காரணம் அதில் காட்டப்படும் கிராண்ட் கான்யன் காட்சிகள். விரிந்த நிலக்காட்சிகள் கொண்ட கௌபாய் படங்கள், நகரங்களைக் காட்டும் படங்கள், போர்க்களப் படங்கள் இங்கே பெரிய அளவில் வெற்றி பெற்றன. கிரிகரி பெக் நடித்த 'ரோமன் ஹாலிடே' என்ற காதல் படம் நாகர்கோவிலில் ஒரு மாதம் ஓடியிருக்கிறதென்றால் அது இன்னும் வியப்புக்குரியது. காரணம் ரோம் அதில் காட்டப்பட்டது.

இப்படங்கள் அனைத்தும் ஆங்கிலம் ஒருவார்த்தைகூட புரியாத பெரும்பான்மையினரால் பார்க்கப்பட்டவை. அந்த வாழ்க்கை, அந்தச் சிக்கல்கள் எதுவுமே அவர்களுக்குப் பிடிபட்டிருக்காது. அதில் காட்டப்பட்ட போர் அதைவிட அந்நியமாக இருந்திருக்கும். பெரும் பாலானவர்கள் அதை கூட்டாலுமூடு பகவதி கோவிலில் நிகழும் வாணவேடிக்கையைப் போலவேதான் ரசித்திருப்பார்கள். அதையும் தாண்டி அப்படங்களில் அவர்களை ஈர்த்தது உலகம் என விரிந்திருக்கும் இந்த பூமி. அவர்கள் திரையரங்கில் அமர்ந்து உலகமெங்கும் பயணம் செய்தனர்.

அன்று புகைப்படங்களே மிக அரிதானவை; தமிழில் எந்த இதழிலும் தரமான ஒரு புகைப்படத்தை பார்க்க இயலாது. ஆங்கில இதழ்களில் வரும் புகைப்படங்கள் உலகம் எனும் மகத்தான கனவை விதைக்கக் கூடியவையாக இருந்தன. நேஷனல் ஜியோகிராஃபிக், நேச்சர் முதலிய இதழ்களை வாங்க முடியாதவர்கள்கூட ரஷ்ய வெளியீடு களான ஸ்புட்னிக், சோவியத் லேண்ட் முதலிய பத்திரிகைகளை வாங்கினார்கள். பின்னர் குறைந்த விலையில் யுனெஸ்கோ கூரியர் வந்தது. அவற்றை அவர்கள் எதிர்கால சந்ததியினருக்காகத் தொகுத்து வைத்தார்கள். இணையான ஆர்வமுள்ள நண்பர்கள் சந்திப்பில் கூடி அமர்ந்து அந்தப் புகைப்படங்களை பார்த்தார்கள். வரலாற்றில் எப்போதேனும் புகைப்படங்கள் அப்படிக் கூர்ந்து பார்க்கப் பட்டிருக்குமா... இனி அதற்கான வாய்ப்புண்டா என்பதே சந்தேகம்தான்.

நானே புகைப்படப்பித்து பிடித்து அலைந்திருக்கிறேன். ஒரு புகைப்படத்தை நினைவுகூர்கிறேன். ஆர்டிக்கின் பனிவெளியில் எஸ்கிமோ ஒருவர் தன்னந்தனியாக நடந்துசெல்கிறார். பனிச்சரிவின் கீழே ஒரு கரடி மூன்று குட்டிகளுடன் சென்று கொண்டிருக்கிறது. இந்த ஒரு புகைப்படத்திலிருந்து நான் உருவாக்கிக்கொண்ட கனவுகளை இன்று எந்த திரைப்படமும், எனக்குத் தரமுடியும் என்று தோன்றவில்லை. குமுதம் அட்டையில் துறவி ஒருவர் எடுத்த

புகைப்படத்தில் ஒரு காட்டுமாடு 'யாக்' குட்டி அமர்ந்திருக்கும் காட்சியை இப்போதும் நேரில் என காண்கிறேன்.

இன்று உலகம் திடீரென்று சுருங்கிவிட்டது. உலகத்தின் அனைத்து மூலைகளையும் காட்டும் ஒரு சாளரமாக தொலைக்காட்சி மாறி விட்டது.பயணத்துக்கென்றே தொலைக்காட்சி நிலையங்கள் இருக்கின்றன. உலகத்தின் அனைத்து பகுதிகளும் மிக விரைவாக தங்கள் மர்மங்களை இழந்துகொண்டிருக்கின்றன. திடீரென அகன்றிருந்த உலகம் அணுகிவந்து மூச்சுமுட்ட நம்மைச் சூழ்ந்து கொண்டிருக்கிறது.

இதற்கிணையான இன்னொரு சூழ்கை என்று தகவல்களைச் சொல்ல வேண்டும். என்னுடைய கல்லூரியில் ஒரு கலைக்களஞ்சியத்தொகுதி இருந்தது. அன்றெல்லாம் தரமான பெரிய நூலகம் என்றால் என்சைக்ளோபீடியா பிரிட்டானிக்கா வரிசை கீழ்த்தட்டில் அடுக்கி வைக்கப்பட்டிருக்கும். அவற்றை நூலகரிடம் அனுமதி பெற்று எடுத்து அங்கிருந்தே பார்க்கவேண்டும். பெரும்பாலானவர்கள் அவற்றைப் படிப்பதில்லை. கட்டுரைகள் எழுதவேண்டுமெனில் மட்டும் அதற்கான சில தகவல்களை அதிலிருந்து எடுப்பார்கள். நான் கலைக்களஞ்சியங்களின் மிகப் பெரிய வாசகனாக இருந்தேன். கலைக்களஞ்சிய அடுக்குகளின் கீழேயே தரையில் அமர்ந்து அகன்ற அதன் பக்கங்களை விரித்துப்போட்டு கைபோன போக்கில் புரட்டி படித்துக்கொண்டிருப்பேன்.

வெவ்வேறு வாழ்க்கை முறைகள், இலக்கியங்கள், சிந்தனை அலைகள், அறிவியல் கண்டுபிடிப்புகள், உலகமெனும் வெளி... இன்று இணையம் பலமடங்கு பெரிய கலைக்களஞ்சியங்களை நம்மைச் சுற்றிலும் பரப்பி, விரல் தொடுகையில் வந்து நின்றிருக்கச் செய்கிறது. கணிப்பொறி வந்த காலத்திலேயே கூட என்கார்ட்டா என்ற பெயரில் ஒரு கலைக்களஞ்சியக் குறுவட்டு என்னிடம் இருந்தது. அதை ஒவ்வொரு நாளும் அமர்ந்து மணிக்கணக்காகப் படிக்கும் பழக்கம் கொண்டிருந்தேன். அதிலிருந்த முக்கியமான செய்திகளை தாளில் குறிப்புகளாக எடுத்துக்கொள்வேன்; அக்குறிப்புகள் மட்டும்தான் எனக்கு நினைவில் நிற்கும் என்பதனால். இன்று ஒரு நாளில் பத்து முறையாவது விக்கிபீடியா பக்கத்துக்குச் செல்கிறேன்.

இவ்வாறு காட்சிகளும் செய்திகளும் திரண்டு நம்மை சூழ்ந்திருக்கும் இக்காலகட்டத்தில் பயணக்கட்டுரைகளுக்கு என்ன மதிப்பு இருக்க முடியும்? சென்ற சில ஆண்டுகளாக கூகிள் எர்த், காட்சிகளையும் தகவல்களையும் இணைத்து ஒரு மெய்நிகர் புவியைப் படைத்துக் கொண்டிருக்கிறது. இப்போதெல்லாம் பயணங்களுக்குக்

கிளம்புவதற்கு முன் ஒவ்வொருமுறையும் ஊர்களுக்கு இடையே இருக்கும் சாலையையும் நிலக்காட்சிகளையும் கூகிள் எர்த்தில் பார்த்த பிறகே கிளம்புகிறோம். 2010-ல் எங்கள் இந்தியப் பயணத்தின்போது, அச்சிடப்பட்ட வரைபடம் ஒன்றையே துணையாகக் கொண்டிருந் தோம். அதை விரித்து வைத்து சுட்டு விரலால் தொட்டு அடையாளப் படுத்தியபடி அதை சாலைகளாக உள்ளத்துள் விரித்தபடி தேடிச் செல்வோம்.

வரைபடத்தில் இருக்கும் இடங்களின் பெயர்களும் ஊர்களின் பெயர்களும் அங்கிருக்கும் உண்மைப்பெயர்களுடன் ஒத்துப்போவ தில்லை. வாரங்கல் என்று பத்துமுறை கேட்ட பின்னரே அது வரங்கல் அதாவது ஒற்றைக்கல் என்று தெரிந்துகொண்டோம். மிகச் சிறிய இடைவெளியில் அதாவது ஒரு மில்லிமீட்டர் வேறுபாட்டில் வழியைத் தவறவிட்டு ஒருநாள் முழுக்க சுற்றியலைந்த அனுபவமும் உண்டு. தவறாகப் புரிந்துகொண்டு பெல்லாரி அருகே ஒருமுறை காரை கடப்பைக்கல் அகழும் மாபெரும் குவாரிக்குள் இறக்கிச் சுழன்று சுழன்று கீழே சென்று ஒரு பெரிய குளத்தை அடைந்து திகைத்து நின்றிருக்கிறோம். இன்று நாம் இரண்டு பயணங்களை மேற்கொள்கிறோம். ஒன்று மெய்ப்பயணம், கூடவே கூகிள் எர்த்தில் ஒரு மெய்நிகர் பயணம்.

ஆகவே, இன்றைய ஒரு பயணக்கட்டுரையில் தகவல்கள் பெரிய அளவில் முக்கியமானவை அல்ல. நானேகூட பெரும்பாலான தகவல் களை இணையத்திலிருந்துதான் எடுத்துக்கொள்கிறேன். அங்கு நேரில் சென்றால் எழுதி வைக்கப்பட்டிருக்கும் அதே தகவல்கள், சுற்றுலா வெளியீடுகளில் உள்ள அதே செய்திகள் அப்படியே நமக்கு விக்கி பீடியாவிலே கிடைக்கின்றன. அவற்றுக்கும் அப்பால் பயணத்தை, உள்ளத்தை ஈர்க்கும் அழைப்பாக, உள்ளம் விரியச் செய்யும் பேரனுபவமாக ஆக்குவது எது? அங்கு நாம் நேரில் செல்கிறோம் என்பதுதான். இத்தனை செய்திகளுக்குப் பின்னரும், இத்தனை விரிவான காட்சிகளுக்குப் பின்னரும், மெய்நிகர் உலகில் அங்கு நின்று சென்று நின்றிருக்க முடியும் என்பதற்குப் பின்னரும் மெய்யாகச் சென்று நின்றிருப்பது முற்றிலும் புதிய ஓர் அனுபவமாகவே இருக்கிறது

ஏனெனில், அங்கு சென்று நின்றிருப்பது தகவல்களின் தொகுதியால் ஆன ஒரு மூளை அல்ல. அதற்கப்பால் உள்ள ஒரு பண்பாட்டு தன்னிலை. நுண்ணுணர்வுகளின் தொகுப்பு. அறிந்தும் உணர்ந்தும் அது உள்வாங்கிக்கொள்வது முற்றிலும் வேறொன்று. இப்படிச் சொல்கிறேன்: ஒரே ஊருக்கு ஒவ்வொரு நாளும் தமிழிலிருந்து ஒருவர் சென்று ஒரு பயணக்கட்டுரை வீதம் எழுதுகிறார் எனக்கொள் வோம். அப்படி ஆயிரம் முறை எழுதப்பட்ட பின்னரும்கூட

ஆயிரத்தொன்றாவது முறை செல்லும் ஒருவர், நுண்ணுணர்வும் மொழியுணர்வும் கொண்டவராக இருப்பார் என்றால், முற்றிலும் புதிய ஒரு நிலத்தை, வாழ்க்கையை, பண்பாட்டைச் சுட்டிக்காட்டி எழுத முடியும். இதுவே பயணக்கட்டுரைகளின் பொருளாக இருக்கிறது. பயணம் செய்பவர் ஒரு மென்பொருள் அல்ல; உணர்வும் நுண்ணுணர்வும் கொண்ட மனிதர் என்பதே காரணம்.

இதற்கப்பால் பயணக்கட்டுரை என்பது ஒரு நிலைத்த விந்தை. காலம் ஒரு கணம்கூட நில்லாமல் ஒழுகிக்கொண்டிருக்கிறது. நாம் பார்க்கும் எதுவும் அந்நிலையில் இல்லை. நான் காலைநடை செல்லும் நிலம் சென்ற மூன்று மாதங்களில் முற்றிலும் மாறிப் பிறிதொன்றாக ஆகிவிட்டது. ஒவ்வொரு முறை செல்லும்போதும் நாம் பார்ப்பது முற்றிலும் புதிய கன்னியாகுமரியை. சிறிது காலம் கடக்கையிலேயே பயணக்கட்டுரைகள் மிகப் பெரிய ஆவணப் பதிவாக மாறி விடுகின்றன. பகடாலு ராமானுஜஸுலு நாயுடு கன்னியாகுமரிக்கு நாகர்கோவிலிலிருந்து மாட்டுவண்டியில் சென்ற சித்திரத்தை, 'அங்கிருக்கும் நான்கு பூசாரி இல்லங்களில் ஒன்றில்தான் தங்க வேண்டும்; அவர்கள் அளிக்கும் சட்டி பானைகளை வாங்கி நாமேதான் சமையல் செய்துகொள்ள வேண்டும்' என்று அவர் எழுதியிருக்கும் காட்சியை இன்றைய கன்னியாகுமரியுடன் பொருத்திப் பார்ப்ப தென்பது கிளர்ச்சியூட்டும் ஓர் அனுபவம்

நான் இந்திய விரிநிலத்தில் அலைந்து கட்டுரைகள் எழுதி அவற்றை நூல்களாக வெளியிடத் தொடங்கி பத்தாண்டுகளாகின்றன. 2008-ல் நாங்கள் சென்ற இந்தியா இன்று இல்லை. காட்சிகள் முற்றாக மாறிவிட்டன. வாழ்க்கைச் சூழல் இன்னொன்றாக ஆகிவிட்டது. அன்றிருந்த பத்து வயதுச் சிறுவர்கள் இன்று இளைஞர்களாக ஆகியிருப்பார்கள். எழுதும்போதே மாறிக்கொண்டிருக்கும் இந்த விந்தையை அறிவதற்காகவே இப்பயணக்கட்டுரைகளை மீண்டும் படிக்க வேண்டும் என்று தோன்றுகிறது. இனி நான் செல்லவிருக்கும் நிலம் எப்படி இன்னும் உருவாகாமல் இருக்கிறதோ அப்படியே சென்ற நிலம் காலத்தில் கரைந்துவிட்டிருக்கிறது.

ஆகவே, செல்லவிருக்கும் பயணங்கள் என்னைக் கவர்ந்திழுப்பது போலவே சென்ற பயணங்களும் கவர்ந்திழுக்கின்றன. சில தனி இரவுகளில் முந்தைய பயணங்களை இணையத்தில் சென்று பார்த்து தாளா ஏக்கம் கொள்வதுண்டு. அப்பயணத்தில் உடன் வந்த கிருஷ்ணனையோ பிற நண்பர்களையோ அழைத்து அவற்றைப் பகிர்ந்துகொள்கையில் அவர்களும் நினைவுகளால் நெகிழ்ந்து உருகுவதைக் காண முடியும். பயணம் போல் வாழ்க்கையை நிறைவு செய்வது பிறிதொன்றில்லை என்று அப்போது தோன்றுகிறது.

பயணம் என்பது நம்மை நாமே பலநூறு இடங்களில் பல நூறு வகைகளில் நிகழ்த்திக்கொள்வது.

ஆனால், கற்பனை அற்ற ஒருவரின் பயணம் என்பது தன் வாழ்விடத்தைச் செல்லுமிடமெல்லாம் கொண்டு செல்வதுதான். அவர் அங்கு பார்ப்பதெல்லாம் வேறுபாடுகளை மட்டுமே. ‘அங்கு இட்லி கிடைக்குமா? அங்கு நம்மைப்போல் மக்கள் அன்பாக இருப்பார்களா?’ என்றெல்லாம் பயணம் செய்யாதவர் கேட்கும் அனைத்துக் கேள்விகளும் தங்கள் வாழ்நிலத்தைக் கொண்டு பொருத்திப் பார்க்கும் முயற்சியின் விளைவுகளே. கற்பனை உடையவனுக்கு பயணம் என்பது தன் வாழ்விடத்தை உதறிவிட்டுச் செல்லுதல். இங்கு இவ்வண்ணம் நிகழ்ந்த தன்னிலையை, பிறிதொரு இடத்தில் பிறிதொரு வண்ணம் நிகழ்த்தி பார்த்தல். ஒரு வாழ்வில் ஆயிரம் வாழ்க்கைகளை நடத்துதல்.

சமீபத்தில் நான் சென்ற பல பயணங்களைக் கட்டுரைகளாக எழுத முடியவில்லை. என் உள்ளத்தில் மிகப் பெரிய அனுபவமாக இருந்த கம்போடியப் பயணத்தை நான் எழுத முடியாமல் ஆகிவிட்டது. என்னை நான் மீள மீளக் கண்டடைந்த இரு பயணங்கள் ஐரோப்பாவில் நிகழ்த்தியவை. அவற்றை எழுதுவதென்பது நான் என்னை மறுவரையறை செய்து கொள்வது. கலையினூடாக, பண்பாட்டினூடாகச் சென்ற கனவுப்பயணங்கள் அவை. ஐரோப்பாவும் பிரிட்டனும் நம்மை ஆட்கொண்ட நிலங்கள். நமது தொல் மரபு நம் உருவாக்கத்தில் எந்த பங்கு வகிக்கிறதோ அப்பங்கை பிரிட்டனும் ஐரோப்பாவும் வகிக்கின்றன.

ஐரோப்பாவை விரிவாக எழுத வேண்டுமென்ற கனவு இன்னும் எனக்குள்ளது. நீண்ட பயணங்களின்போது எழுத முடியாமல் ஆகிவிடுகிறது. திரும்பி வரும்போது எழுதியாகவேண்டியவை குன்றென குவிந்து கிடக்கின்றன. இப்பொறுப்புகள் என்னை எழுத விடாமல் செய்துவிடுகின்றன. அக்குறை இன்னும் என்னில் உள்ளது. ஜப்பானைப் பார்த்துவிட்டுத் திரும்பும்போது அதை எழுதவேண்டு மென்ற எண்ணம் எனக்கு ஏற்பட்டது. ஆனால் நான் ஜப்பானில் பார்த்த வற்றை மேலும் பலர் இங்கு எழுதியிருக்கக்கூடும். மிக எளிதில் அச்செய்திகளை எவரும் அடையக்கூடும். மீண்டும் அவற்றை எழுதுவதா என்ற தயக்கம் எழுந்தபோது ‘அனைவரும் பார்ப்பதற்கப் பால் நான் பார்த்த ஒன்றுண்டு.மிகச்சிறு காட்சிகள். அதைவிடச் சிறிய அனுபவங்கள். சிறியவற்றினூடாக ஜப்பானைக் கண்டடையலாம்’ என்று தோன்றியது. ஜப்பானிய பண்பாடென்பதே நுண்மைக்குள் விரிவு காணும் தன்மை கொண்டதுதான்.

- 2 -

ஜப்பானைப்பற்றிய எனது நினைவுகள் தொடங்குவது எங்கள் இல்லத்தில் இருந்த ஒரு சிறிய பொருளில் இருந்துதான். அது ஒரு மூக்குக்கண்ணாடி. அந்தக் கண்ணாடியை எனது அப்பாவின் சிறிய தந்தையார் பயன்படுத்தியிருந்தார். வெள்ளி விளிம்பு கட்டியது. இன்றைய கணக்குக்கு எடை மிக்கது. அன்று அதைத் தொட்டு எடுக்கையில் குளிர்ந்த தளிர்க்கொடியால் ஆன ஒன்று எனத் தோன்றியது. அதை போட்டு வைப்பதற்கு அரக்கில் செய்த கூடும் இருந்தது. அது கட்டெறும்பு நிறமானது. மெழுகென, குன்றிமணி என மின்னுவது. அப்பா அதை ஓர் அரிய நினைவுப்பொருளாகப் பாதுகாத்து வந்தார். அவருக்கு இளமையிலேயே மறைந்த தன் தந்தையின் இடத்தில் இருந்தவர் அந்தச் சிறிய தந்தை.

அந்தக் கண்ணாடி அப்பாவின் சித்தப்பாவின் பார்வையென்றே ஆகிவிட்டது. மன அழுத்தங்கள் உருவாகும்போது அப்பா அந்த மூக்குக்கண்ணாடியை மேஜையில் வைத்து சிறிய தந்தையின் கண்களைப் பார்ப்பதுபோல் அவற்றைப் பார்த்துக்கொண்டிருப்பதை நான் பார்த்திருக்கிறேன். மேஜையில் அவற்றைக் கழற்றி வைத்தாலும் அப்பாலிருக்கும் ஜன்னலின் துளிச் சித்திரங்கள் அவற்றில் வளைந்து தெரியும். மிக அருகே மேஜை மேல் இரு நுண்ணிய ஜன்னல்கள் ஒளி வடிவாக நீண்டு வழிந்திருக்கும். அந்தக் கண்ணாடி ஜப்பானில் செய்யப் பட்டது. அப்பா அதை ஜப்பான் கண்ணாடி என்றுதான் சொல்வார்.

அன்றெல்லாம் தரமான கண்ணாடிகள் பெல்ஜியத்திலும் ஜெர்மனியிலும் செய்யப்படுபவை. அவற்றை வாங்குவது நெடுங்காலச் சேமிப்புக்குப் பின்னரே இயலும். வாழ்நாள் முழுக்க ஒரு கண்ணாடியைத்தான் பெரும்பாலானவர்கள் பயன்படுத்தியிருந்தார்கள். விலைமதிப்பு மிக்க

கலைப்பொருள் ஒன்றைப் பேணுவதுபோல் அவற்றைப் பாதுகாத்தனர். அப்பாவின் பேனா லண்டனில் செய்யப்பட்டது; கைக்கடிகாரம் சுவிட்ஸர்லாந்தில்; எழுப்பு கடிகாரம் ஜெர்மனியில். அப்பா அவற்றினூடாக உலகக் குடிமகனாகத் திகழ்ந்தார்.

ஆனால் அன்று ஜப்பானியப் பொருள்கள் மிக மலிவானவை. அதே நேரம் உறுதியானவை. சாதாரண மக்களுக்கு வேறுபாடு தெரியாது. ஆகவே அன்றெல்லாம் சந்தையில் ஜப்பானியப் பொருள் வந்தால் சொல்லி வைத்து வாங்குவார்கள். அவற்றை விற்க திருவனந்தபுரத்தில் சில கடைகள் இருந்தன. ஜப்பானிய மூக்குக்கண்ணாடி தரத்தில் எந்த வகையிலும் ஜெர்மானிய, பெல்ஜியக் கண்ணாடிகளுக்குக் குறைந்ததல்ல. ஒரு படி மேலானதென்றுகூடச் சொல்லலாம்.ஆனால் ஐந்தில் ஒரு பங்கு விலையே இருக்கும். முதலாளிகள் பெல்ஜியக் கண்ணாடி போட்டபோது என் தாத்தாவைப் போன்ற பள்ளி ஆசிரியர்கள் ஜப்பானியக் கண்ணாடியை அணிந்தார்கள். திருவனந்தபுரம் சாலை பஜாரில் வாங்கிய அந்தக் கண்ணாடி ஒருமுறைகூட பழுது பார்க்கப்பட்டதில்லை என்று என் தந்தை சொல்வார்.

அதன் பின் ஜப்பான் தொடர்ந்து வெவ்வேறு பொருட்களாகவே என்னை வந்தடைந்தது. எழுபதுகளில் துபாய்க்குச் சென்று மீண்டவர்கள் பேனாசோனிக் டேப் ரிக்கார்டுகளுடன் வந்தார்கள். தொண்ணூறுகளில் மிட்சுபிஷி, யமஹா, சுஷுகி, டொயோட்டோ என வண்டிகள் இங்கு பெருகின. இன்று ஒரு சராசரித் தமிழன் அவனுக்குத் தெரிந்த ஜப்பானிய வார்த்தைகளைப் பட்டியலிடப் புகுந்தால் ஐம்பது சொற்களையாவது சொல்லிவிடமுடியும். இறுதியாக தமிழர்களின் நாவில் மறக்க முடியாதபடி நிலை கொண்ட சொல் சுனாமி.

நான் பள்ளியில் படிக்கும்போதே தி.ஜானகிராமனின் 'உதயசூரியனின் நாட்டில்' என்ற பயணக்கட்டுரை நூலை ஆர்வக்கொந்தளிப்புடன் படித்திருக்கிறேன். பயணக்கட்டுரைகள் புனைவுகளைவிட மன எழுச்சியை உருவாக்கிய காலம் அது. மலையாளத்தில் எஸ்.கே. பொற்றைக்காடும் தமிழில் மணியனும் சென்ற பயணக்கட்டுரைகள். அப்பயணக்கட்டுரைகளிலிருந்து முற்றிலும் மாறுபட்டிருந்தன தி.ஜானகிராமனின் பயணக்கட்டுரைகள். இடங்களைவிடவும் மனிதர்களையும் அவர்களின் இயல்புகளில் இருக்கும் நுட்பமான பொதுமைகளையும் வேறுபாடுகளையும் கவனிப்பது ஜானகிராமனின் வழக்கம். அவர் எழுதுவது பெரும்பாலும் உரையாடி அறிந்த ஊர்களைத்தான்.

மணியனின் பயணக்கட்டுரைகளினூடாகச் செல்பவர்கள் அமெரிக்காவிலோ அலாஸ்காவிலோ தமிழர்கள் வாழ்வதைத் தெரிந்து கொள்வார்கள். எஸ்.கே.பொற்றைக்காடின் பயணக் கட்டுரைகள் வழியாகச் செல்பவர்கள் மனிதர்கள் குரலற்றவர்களாக நிறைந்திருக்கும் மாபெரும் நிலவெளியின் சித்திரங்களை அடைவார்கள். ஜானகிராமன் அங்கிருந்து சில மனிதர்களை இங்கு அழைத்துக்கொண்டுவந்து விட்டவர் போல் தோன்றுவார்.

ஜப்பான் என்றும் எனக்கு ஒரு கனவை ஊட்டிய நிலமாகவே இருந்தது. ஏனெனில் இருபதாம் நூற்றாண்டு உலக கலை இலக்கியத்தை உருவாக்கியதில் ஐரோப்பாவுக்கு அடுத்தபடியான இடம் ஜப்பானுக்கு உண்டு. நம் சிந்தனையை, நுண்ணுணர்வை வடிவமைத்தவர்களில் மாபெரும் ஐரோப்பிய சிந்தனையாளர்கள் மற்றும் கலை ஆசான்கள் பெரும்பங்காற்றியிருக்கிறார்கள். ஷேக்ஸ்பியர், கீட்ஸ், ஷெல்லி என ஒரு வரிசை; வால்டேர், ரூசோ, ஹெகல், நீட்சே, மார்க்ஸ், ஃப்ராய்ட் என ஒரு வரிசை; கதே, டால்ஸ்டாய், தாஸ்தாவெஸ்கி, செக்காவ், மாப்பசான், ரோமன் ரோலண்ட், விக்டர் ஹியூகோ என ஒரு வரிசை; வின்சென்ட் வான்கோ, கிளாட் மோனே, பிக்காஸோ என இன்னொரு வரிசை; இங்மார் பர்க்மான், பாஸ்பைண்டர், தர்கோவ்ஸ்கி என இன்னொரு வரிசை. மேலும் வரலாற்றுக்குள் பின் நகர்கையில் பிளேட்டோ, அரிஸ்டாட்டில், சாக்ரடீஸ், மைக்கேல் ஏஞ்சலோ, ரூபன்ஸ் என நாம் அடுத்த அடுக்கைக் காண்கிறோம். மலைமுடிகள் சூழ் பள்ளத்தாக்கில் நின்றிருப்பவர்களைப்போல் உணர்கிறோம்.

ஐரோப்பிய சிந்தனை, ஐரோப்பியக் கலை வழியாகவே நாம் கீழைத் தேயமான ஜப்பானைச் சென்றடைகிறோம் என்பது ஒரு விந்தை. பொதுவாக ஐரோப்பிய எழுத்தாளர்களால் குறிப்பிடப்பட்டு, ஐரோப்பிய விமர்சகர்களால் சுட்டிக்காட்டப்பட்டு, ஆங்கில மொழி யாக்கம் வழியாக நாம் ஜப்பானிய இலக்கியம், கலை ஆகியவற்றைக் கண்டடைகிறோம். ஐரோப்பிய நுண்ணுணர்வால் பிரதிபலிக்கப் பட்ட பிம்பம் என்றாலும்கூட ஜப்பானியக் கலையும் இலக்கியமும் தத்துவமும் நமக்கு முற்றிலும் வேறாகவே தெரிகின்றன. இந்த வேறுபாடே விலக்கத்தையும் பின் தீவிர ஆர்வத்தையும் உருவாக்குகிறது. சிற்றிதழ் சூழலில், ஐரோப்பிய எழுத்தாளர்களையோ கலைஞர் களையோ பேசிக்கொண்டிருக்கும் ஓர் அரங்கில், ஒரு ஜப்பானிய எழுத்தாளனையோ கலைஞனையோ பற்றி பேசத்தொடங்குகையில் நமக்கொரு தனி மதிப்பு உருவாவதைக் காண்கிறோம்.

ஜப்பானிய இலக்கியம் தமிழில் அறிமுகமாகி நூறாண்டு ஆகிறது. ஐரோப்பிய இலக்கியம் நோக்கி தமிழின் சாளரத்தைத் திறந்த பாரதியே ஜப்பானியக் கவிதையையும் இங்கே அறிமுகம்

செய்திருக்கிறார். ஜப்பானிய கவிதை வடிவான ஹைகூ இங்கே ஒரு வெகுஜனக் கவிதைவடிவம். ஜப்பானிய தத்துவமான ஜென் ஒரு நூறு நகல்களால் போற்றப்படுவது. ஆனால் இன்னமும்கூட ஓர் ஐரோப்பியக் கலைஞனுக்கும் ஜப்பானியக் கலைஞனுக்குமான அடிப்படை வேறுபாடென்ன என்பதைத் தன் வாசிப்பை, அனுபவத்தைக் கொண்டு வகுத்துச் சொல்லும் தகுதி கொண்ட வாசகர்கள், எழுத்தாளர்கள் மிகச் சிலரே. ஆனால், எவ்வண்ணமோ அதை உணராதவர்களோ எவரும் இருக்கமாட்டார்கள்.

ஒற்றை உதாரணம் கொண்டு அதை நான் விளக்குவதுண்டு. மசானபு ஃபுக்குவோகா அவருடைய ‘ஒற்றை வைக்கோல் புரட்சி’ என்ற மகத்தான நூலில் ஐன்ஸ்டீனை நிராகரிக்கிறார். ஐன்ஸ்டீனின் சார்பியல் கொள்கை பிழையான ஒரு பிரபஞ்சப் பார்வை கொண்டது என்கிறார். அது முரணியக்கத்திலிருந்து சென்று ஒருமையைக்கண்டடைவது. இப்பிரபஞ்சம் முரண்பாடுகளால் அல்ல; ஒத்திசைவால் இயங்குகிறது. முரணியக்கம் என்பதே இல்லை என்கிறார். முற்றிலும் கீழைத்தேய தத்துவப் பார்வையில் நின்று அதைச் சொல்கிறார். ஐன்ஸ்டீனுக்கும் ஃபுக்குவோகாவுக்குமான தொலைவுதான் ஐரோப்பாவுக்கும் ஜப்பானுக்குமான தொலைவு. இயற்கையுடன் போராடுவது வெல்வது ஐரோப்பாவை இன்றும் ஆட்டிப் படைக்கிறது. முரண் கொள்வது என்பதே இன்றி இயற்கையுடன் முற்றிசைவதே வெற்றி எனக்கொள்ளும் ஃபுக்குவோகாவின் ஜென் பார்வை அதிலிருந்து தனித்து நிற்கிறது.

வெவ்வேறு வகையில் ஜப்பானிய எழுத்தாளர்கள், கலைஞர்கள் அனைவரிடமும் இந்த அடிப்படை வேறுபாடு உண்டு. உண்மை முடிவிலாத பக்கங்கள் கொள்வது என்பதும், உண்மை x பொய் என்று இந்த புவி மெய்மையை எவரும் பகுத்துவிட முடியாதென்றும் கீழைத்தேயவியல் நம்புகிறது. ஜப்பான் கீழைத்தேயப் பண்பாட்டின் கூர்முனை. மாக்ரோபயாட்டிக்ஸ் போன்ற ஒரு கீழைத்தேய வாழ்க்கை நோக்கு மிஷியோ குஷி போன்ற ஞானியால் முன்வைக்கப்படுவது இவ்வாறுதான். இவை அனைத்துக்கும் அடியில் ஜப்பானிய ஆன்மிக நோக்கான ஜென் உள்ளது.

ஜப்பானிய எழுத்தாளர்கள் சிலர் என் இலக்கிய வாசிப்பின் தொடக்க காலத்திலேயே என்னைக் கவர்ந்தவர்கள். ஜப்பானிய தொல்நாவலான செஞ்சி கதை கா.அப்பாத்துரை அவர்களின் மொழியாக்கத்தில் ஐம்பதாண்டுகளுக்கு முன்னரே தமிழில் வெளிவந்துள்ளது. நான் படித்த முதல் ஜப்பானிய படைப்பு அது. யஸுநாரி கவபத்தா என்னை முதன்மையாக கவர்ந்த ஜப்பானியப் படைப்பாளி. அதன்பின் யூகியோ, மிஷிமா, கோபோ ஆப் வரை ஒரு படைப்பாளிகளின்

நிரையைச் சொல்லமுடியும். தமிழில் ஜென் கவிதைகளை அறிமுகம் செய்தவர்களில் சி.மணி, ஆனந்த் இருவரும் முக்கிய மானவர்கள். பாஷோ ஒரு தமிழ்க் கவிஞர் அளவுக்கே பிரபலமாகி போலி பாஷோக்கள்கூட உருவாகிவிட்டிருக்கின்றனர். யுவன் சந்திரசேகர் மொழியாக்கத்தில் வெளிவந்துள்ள 'ஜென் கவிதைகள்' முக்கியமான ஒரு மொழியாக்க நூல்.

எண்பதுகளில் சினிமாக் கூட்டமைப்புகள் வழியாக கலைப்படங் களைப் பார்க்கத் தொடங்கியபோது முதலில் அகிரா குரசோவா கவர்ந்தார். வசந்தகுமார் 'தமிழினி' வழியாக கோபயாஷியையும் ஒசுவையும் அறிமுகம் செய்துகொண்டேன். மிகப் பிந்தி ஊட்டி குருகுலம் வழியாகவே ஜப்பானிய ஜென் ஞானிகளையும் ஓவியர்களையும் அறிமுகம் செய்து கொண்டேன் ஜப்பானிய இளம் ஓவியர் ஒருவர் தான் வரைந்த நீர்வண்ண ஓவியத்தின் மீது நீரை மென்மையாகப் பீய்ச்சியடித்து கடற்பஞ்சால் மென்மையாக ஒற்றி எடுப்பதை ஒருமுறை கண்டேன். அவர்கள் படங்களை மென்மையான வண்ணங் களுடன் அமைப்பதற்குக் கையாளும் வழி அது. கழுவுதல் ஜப்பானிய ஓவியமரபின் தனித்தன்மை. என்னைக் குறியீடாகவும் பெரிதும் கவர்ந்தது அது.

ஜப்பான் தமிழ்நாட்டில் கராத்தே வழியாகவே தொடக்கத்தில் பரவலாக அறியப்பட்டது. நான் கல்லூரியில் படிக்கும் காலத்தில் 1980ல் புரூஸ் லீ நடித்த 'எண்டர் த டிராகன்' தமிழகத்தில் வெளியானது. அது கராத்தேமீது பேரார்வத்தை இங்கே உருவாக்கியது.

ஹக்யுன் எகாகு

Hakuin Ekaku
(Zen Master)

பாஷோ

கோபோ ஆப்

யசுநாரி கவபத்தா

யூகியோ மிஷிமா

யாசுஜிரோ ஒஸு

மஸாகி கோபயாஷி

அகிரா குரசோவா

யாமகுச்சி

புகுவோகா

ரயோஹி கொய்சொ

ஓகுரா யூரி

குஹி

ககாகு முரகாமி

கா. அப்பாத்துரை

அதையொட்டி கராத்தேயின் முதிய ஆசானாகிய யாமகுஷி இந்தியா வந்தார். அன்று அது பெரிய செய்தியாகப் பல வாரங்கள் பேசப்பட்டது. அவர் மிக ஒல்லியாக இருந்தது இங்கே ஒரு கேலியையும் உருவாக்கியது.'ஒரு படத்தில் கராத்தே மாஸ்டர் ஆக நடித்த நரசிம்மன் தன்னை ஓமக்குச்சி என்று சொல்லிக்கொள்வார். 'ஓமக்குச்சி நரசிம்மன்' என்று பின்னர் அறியப்பட்டார்.

சென்ற ஜூன் ஆறாம்தேதி ஜப்பானுக்குக் கிளம்பும்போது பாஷோவும் கோபயாஷியும் கவபத்தாவும் சந்தித்துக்கொள்ளும் ஒரு புள்ளி எங்கோ உள்ளது என்றும் அதைத் தேடிச் சென்று கொண்டிருக்கிறேன் என்றும் எனக்கு நானே சொல்லிக்கொண்டேன். ஒரு பயணத்தை இப்படி நாமே நம்முள் பெரிதாக்கிக் கொள்ளமுடியும். நிலப்பரப்புகளின் மேல் வரலாற்றால் நாம் பரப்பும் கனவுப்படலமே அங்குள்ள ஒவ்வொன்றையும் அர்த்தம் கொள்ளச் செய்கிறது. அனைத்துப் பொருட்களையும் படிமங்கள் என்று ஆக்குகிறது.

ஊட்டி நாராயண குருகுலத்தில் குருநித்யா ஆய்வரங்கு முடிந்த பின் அங்கிருந்து கோவை வந்து சென்னை சென்றோம். சென்னையிலிருந்து நானும் அருண்மொழியும் டோக்கியோவுக்குக் கிளம்பினோம். நண்பர்கள் விமான நிலையம் வந்து வழியனுப்பிவிட்டார்கள். டோக்கியோவில் வசிக்கும் நண்பர் செந்தில் இப்பயணத்தை ஒழுங்கமைத்திருந்தார். செந்தில் 'முழுமதி அறக்கட்டளை' என்னும் பேரில் ஓர் இலக்கிய- பொதுச்சேவை அமைப்பை நடத்திவருகிறார். ஆனால் இவ்வழைப்பு அவர் தனிப்பட்ட முறையில் வகுத்தது. ஆகவே இதை ஒரு முறையான இலக்கியப் பயணம் என்று சொல்ல இயலாது.

சென்னையிலிருந்து கோலாலம்பூர் சென்று மூன்று மணி நேர இடைவெளிக்குப்பின் விமானத்திலேறி மறுநாள் மாலை ஜப்பானில் நரித்தா விமானநிலையம் சென்றடைந்தோம். விமான நிலையத்துக்கு செந்திலும் அவர் நண்பரும் வந்திருந்தார்கள். டோக்கியோவில் நிசிகசாய் என்னும் ஊரில் இருக்கும் செந்திலின் வீட்டுக்கு சென்று அன்று ஓய்வெடுத்தோம். டோக்கியோவில் இறங்கி கார்களினூடாக செந்திலின் இல்லத்தை சென்றடையும்வரை இரு பக்கச் சாளரங்களினூடாக விரிந்த நகரத்தைப் பார்த்துக்கொண்டிருந்தேன்.

டோக்கியோ விமான நிலையம் உலகெங்கும் பெருநகர்களில் உள்ள பிரம்மாண்டமான விமான நிலையங்கள் அனைத்தையும் போலவே தெரிந்தது. வெளியே உள்ள கார் நிறுத்துமிடம் ஐரோப்பாவிலோ அமெரிக்காவிலோ எந்த நகரத்திலும் இருப்பதாக ஒரு திரைப்படத்தில் காட்டிவிடமுடியும். வெளியே சென்று நகரத்தின் இல்லங்களையும் ஓங்கிய கட்டடங்களையும் நன்கு ஒழுங்கமைக்கப்பட்ட தெருக்களை

யும், ஓசையின்றிச் செல்லும் கார்களையும் பார்க்கும்போதும் எந்த வேறுபாடும் தென்படவில்லை. உலகெங்கும் சாலைகளில் ஓடும் கார்கள் பெரும்பாலானவை டொயொட்டோ கார்கள்தான். மஞ்சள் இனத்தை சார்ந்த மக்கள் அன்றி எவ்வகையிலும் டோக்கியோ ஐரோப்பிய அமெரிக்க நகரங்களிலிருந்து வேறுபடவில்லை என்ற எண்ணமே எழுந்தது.

இந்த வளர்ந்த நாடுகள் அனைத்தும் நகரக் கட்டமைப்பில் பல பொதுக்கூறுகளைக் கொண்டுள்ளன. இவை கட்டுமானமாகப் பயன் படுத்தும் பொருட்கள் பெரும்பாலானவை சீனாவிலிருந்து இங்கு வரவழைக்கப்படுபவை. அவை ஒரேவகையான காட்சியமைப்பையே அளிக்கின்றன. ஐரோப்பாவின் தொன்மையான சில நகரங்கள் தவிர பெரும்பாலானவை இருபத்தைந்து ஆண்டுகளுக்குள் கட்டப்பட்ட கட்டடங்களினாலானவை, அல்லது பல முறை புதுப்பிக்கப் பட்டவை. ஆகவே நாம் செல்வதற்கு ஒருமணி நேரத்துக்கு முன்னர் தான் அந்நகரங்கள் கட்டி முடிக்கப்பட்டுக் குறை தீர்ந்திருக்கும் என்ற எண்ணம் ஏற்படும். கூரைகள் சாம்பல் நிறக் கூரை ஓடு வேயப் பட்டவை. இளவெயிலில் யானை முதுகென மின்னுபவை. கண்ணாடிகள் நிறைந்த முகப்பு, அடுக்கடுக்காக மேலே செல்லும் உப்பரிகைகள்.

என்ன வேறுபாடு என என் உள்ளம் துழாவிக்கொண்டே இருந்தது. செந்திலின் இல்லத்தைச் சென்றடைந்தோம். ஒருகணத்தில் சில மாதங்களுக்கு முன்னர் ஐரோப்பாவில் சென்ற தங்கிய ஒரு வீடென்றே தோன்றியது. நன்கு வடிவமைக்கப்பட்ட சிறிய இல்லம். ஒழுங்கான நடைபாதை.பிசிறில்லாத தூய்மை. அமைதி. என்ன வேறுபாடு? நிமிர்ந்து பார்த்தால் ஒன்றுடன் ஒன்று பின்னி, சிக்கி இருக்கும் பல நூறு உறையிடப்பட்ட கம்பிகளின் தொகுதி. நான் சற்று ஐயத்துடன் செந்திலிடம் கேட்டேன் 'இத்தனை சிறப்பாக வடிவமைக்கப் பட்டிருந்தும் நகரங்களில் இன்னும் மின்சாரம் தலைக்குமேல் கம்பிகள் வழியாகவே கொண்டு செல்லப்படுகிறதா? நிலத்தடி மின்குழாய்கள் இல்லையா?'

செந்தில் நிமிர்ந்து பார்த்துவிட்டு 'ஆம் பிற நாடுகளில் மண்ணுக் கடியில் அமைக்கிறார்கள். இங்கு பூகம்ப அபாயமிருப்பதால் பெரும்பாலும் தலைக்குமேல்தான் மின்கம்பிகள் செல்கின்றன'.

முதல் வேறுபாடு என்று சொல்லிக்கொண்டேன். இது பூகம்பங்களின் நாடு. சுனாமிகளால் அறையும் கடலால் சூழப்பட்ட சிறிய நிலம். நிலையற்ற மண்மேல் எழுந்த பண்பாடு. இதன் ஆழத்தில் எப்போதும் உள்ளன எரிமலைகள்.

- 3 -

எந்த ஒரு பண்பாட்டையும் ஒன்றுக்குமேல் ஒன்றாக அடுக்கப்பட்ட ஏட்டுச்சுவடிபோல உருவகிக்கலாம். அல்லது மேலும் சிறந்த உதாரணம் மேல்மேலாக வரையப்பட்ட ஓவியம். தஞ்சைப் பெரியகோயிலில் நாயக்கர்கால ஓவியங்களுக்கு அடியில் சோழர்கால ஓவியங்கள் உள்ளதுபோல. இதை நகரங்களைக் கொண்டு மேலும் துல்லியமாக உணரமுடியும். உதாரணமாக இன்றைய சென்னைக்கு முன்னோடி நகரம் என்றால் அது கும்பகோணம்தான். இன்றைய தஞ்சைக்கு அடியில் இருக்கும் நகரம் உறையூர். இன்றைய டெல்லிக்கு கல்கத்தாதான் முன்னோடி நகரம்.இந்நகரங்களில் எது பொதுவாக இருந்தது, எது வளர்ந்து மாறுபட்டது என்பதைப் பார்ப்பது ஒரு வரலாற்றுப்புரிதலை அளிக்கும்.

இன்றைய டோக்கியோவுக்கு அப்படி மூன்று முன்னோடி நகரங்கள் உள்ளன. ஒன்று கியோட்டோ; இன்னொன்று நாரா; அதற்கு முந்தையது காமகுரா.செந்தில் முதலில் கியோட்டோவுக்குச் செல்ல ஏற்பாடு செய்திருந்தார். புல்லட் ரயிலில் கியோட்டோ வரைச் செல்வதாகத் திட்டம். ஷின் கான் சென் எனப்படும் புல்லட் ரயிலுக்கு இந்தியாவி லிருந்தே டிக்கெட் எடுத்துக்கொள்வது செலவு குறைவானது. ஏனென்றால் சுற்றுலாப்பயணிகளுக்கு அது குறைவான கட்டணம் பெறுகிறது. பொதுவாக புல்லட் ரயில் செலவேறியது.

நான் புல்லட் ரயிலை முன்பு வெளிவந்த 'புல்லட் டிரெயின்' என்னும் சினிமாவில்தான் பார்த்திருக்கிறேன். இயற்கையையும் அறிவியலை யும் அழிவுச்சக்தியாக, விபரீதமாகப் பார்க்கும் படங்களின் வரிசையில் ஒன்று. மானுடவல்லமையை உயர்த்திக்காட்டுவது அதன் கட்டமைப்பு. சாகசத்தன்மை அப்போதுதான் பெருகித்தெரிகிறது. ஆனால் அதற்கும் அடியிலிருப்பது சாமானியர்களுக்கு அறிவின்மேல் உள்ள

அவநம்பிக்கை. எந்த ஓர் அறிவியல்விந்தையைக் கண்டாலும் அது நிலைகுலைந்தால் என்ன ஆகும் என்னும் அச்சமே எளிய மானுடரில் எழுகிறது. இந்த வணிக சினிமாக்கள் அந்த அச்சத்தின்மேல் கட்டமைக்கப் படுகின்றன. எளிதில் பார்வையாளன் அதில் தொற்றிக்கொள்கிறான்.

புல்லட் ரயில் மிகமிக கச்சிதமாகத் திட்டமிடப்பட்டுள்ளது என அதன் நேர அட்டவணை காட்டுகிறது. அல்லது அப்படிக் காட்டும்படி அதன் அட்டவணை அமைந்துள்ளது. ஒருநிமிடம் இரண்டு நிமிடம் என அதில் நேரத்தைப் பார்க்கையில் நான் வாழும் காலம் நீண்டு விரிந்து நிமிடங்கள் மணிகளாக ஆனதுபோல் ஓர் உணர்வு. புல்லட் ரயில் ஜப்பானில் விமானப்பயணத்துக்கு மாற்று. சுமார் நான்கு மணி நேரத்தில் அது மொத்த தேசத்தையும் இணைக்கிறது. விமானநிலையம் சென்று சோதனைகள் முடித்து இறங்கி மீண்டும் காரில் ஊருக்குச் செல்வதும் இதன் நேரமும் இணையானது. இது பெரும்பாலும் நகரின் நடுவே மண்ணுக்குள் ஆழத்தில் இறக்கிவிட்டுவிடுகிறது.

வசதியான இருக்கைகள். கிளம்பும்போது சிறு உந்தல் தவிர விசையை உணரவே முடியாது. இருபக்கமும் விமானச்சாளரம் போல ஏதுமற்ற வெறுமைதான். ஆனால் வசதியாக அமர்ந்து பேசமுடியும். அலுவலகக்கூட்டங்களையே நடத்திவிடமுடியும். அதற்கேற்றாற் போல இருக்கைகளை மாற்றியமைக்கலாம். ஆனால் பெரும் பாலானவர்கள் குட்டித்தூக்கம்தான் போட்டுக்கொண்டிருந்தார்கள்.

கியோட்டோவில் இறங்கியவர்களில் பெரும்பாலானவர்கள் வெள்ளைக்காரப் பயணிகள். பல மின்படிகள் வழியாக மேலேறி வெளியே வந்தபோது அந்த ரயில்நிலையம் ஒரு பெரிய சிதல்புற்றின் வாய் எனத் தோன்றியது. பிலுபிலுவென மனிதர்கள் ஓடிக்கொண்டிருந்தார் கள். ஜப்பானியர்களில் நடப்பவர்களைப் பார்ப்பது மிக அரிது. குற்றோட்டம்தான். அவர்களின் உடலும் ஒத்துழைக்கிறது. பின்னாலிருந்து பார்த்தால் நம் இந்தியக் கண்கள் பெரும்பாலானவர்களை பையன்கள் என்றே நினைக்கச்செய்கின்றன.

கியோட்டோவுக்குள் நுழைந்தோம். கியோட்டோ சென்று பார்க்க வேண்டிய ஊர் என்பதைவிட தங்கியிருக்கவேண்டிய ஊர் என்பதே பொருத்தமானது. அங்கே முந்நூற்றுக்கும் மேற்பட்ட ஜென் ஆலயங்களும் புத்தர் ஆலயங்களும் ஷிண்டோ ஆலயங்களும் வெவ்வேறு அரண்மனைகளும் உள்ளன. இரு நூற்றாண்டாகவே ஐரோப்பியர்களும் அமெரிக்கர்களும் கியோட்டோவை நாடி வந்துகொண்டிருக் கிறார்கள்.

பொதுவாக, கியோட்டோ இன்று ஜப்பானிய ஜென் மதத்தின் மையமாக மேலைநாட்டவரால் கருதப்படுகிறது. காசியில் திரும்பும்

இடம் எல்லாம் யோகா குருக்கள் இருப்பதுபோல இங்கே ஜென் ஆசிரியர்கள். இந்தவகையான நுண்ணிய தளங்களில் முறையான ஆசிரியரைக் கண்டடைவது கடினம். உலகிலேயே உணர்தற்கு நுட்பமானது ஆன்மிகம்; அடுத்தபடியாகக் கவிதை; பின்னர் ஓவியம். மூன்றிலும்தான் போலிகள் மிகுதி.

கியோட்டோ கிபி ஆறாம் நூற்றாண்டு முதலே உருவாகத் தொடங்கிய நகரம். இங்கே ஆண்ட தொன்மையான அரசகுலம் ஷிமோகமோ என்று தொல்லியல் சான்றுகள் உள்ளன. கியோட்டோவுக்கு முன் நாரா தலைநகரமாக இருந்தது. நாராவிலிருந்த பௌத்த மடாலயங்களின் நேரடி தலையீடுகளில் இருந்து ஆட்சியைக் காப்பாற்றும்பொருட்டு கிபி 794-ல் கியோட்டோ தலைநகராக ஆக்கப்பட்டது. ஹீயன் கியோ என்பது பழைய பெயர், அமைதி நிலவும் நகர் என்று பொருள். கிபி 1869-ல் டோக்கியோ ஜப்பானின் தலைநகரமாக ஆகும்வரை கியோட்டோவே தலைநகரமாக நீடித்தது.

முற்காலத்தில் கியோட்டோ மக்களிடமிருந்து முற்றாக அந்நியப் படுத்தப்பட்டு அரசர்கள் ஆட்சியாளர்கள் அதிகாரிகள் மட்டுமே தங்கும் இடமாக இருந்தது. சொல்லப்போனால் இது ஒரு ராணுவ மையம். ராணுவ அதிகாரிகளை ஷோகன் என்கிறார்கள்; இதை ஷோகனேட் என்று குறிப்பிடுகிறார்கள். ஜப்பானின் தலைநகரம் டோக்கியோவுக்கு மாற்றப்பட்ட பிறகு கியோட்டோ கலாசார நகரமாக உருமாற ஆரம்பித்தது.

நாரா தலைநகராக இருந்த காலகட்டத்தில் ஜப்பானியப் பேரரசு அதன் முழு வீச்சை அடையவில்லை. வெவ்வேறு தீவுப்பகுதிகள் தனித்தனிப் போர்த்தலைவர்களால் ஆளப்பட்டன. கியோட்டோவின் காலகட்டம் தான் ஜப்பானிய வரலாற்றின் பொற்காலம். பௌத்தம் செழித்தது; அது இங்கிருந்த பல்வேறு வழிபாட்டு முறைகளை ஒருங்கிணைத்து ஒரு பெருமதமாக உருவாக்கியது. பெருமத உருவாக்கமும் பேரரசு உருவாக்கமும் ஒரு நாணயத்தின் இரு பக்கங்கள். பெருமதங்கள் பேரரசுகளைத் தாங்கி நிற்கின்றன. பேரரசுகள் பெருமதங்களை ஆதரித்து வளர்க்கின்றன.

பெருமதமும் பேரரசும் ஒன்றாகத் திகழ்ந்ததைக் காட்சிவடிவாக விளக்கும் பல தொல்நகர்கள் உலகமெங்கும் உள்ளன. கியோட்டோ அதில் ஒன்று. இந்நகர்களுக்கே உரிய தனித்தன்மை என்பது வைரப்பட்டைபோல வெவ்வேறு முகம்காட்டித் திரும்பிக்கொண்டே இருப்பது. ஒரு கோணத்தில் அன்றைய மைய அதிகாரத்தின் செருக்கையும் குரூரத்தையும் காட்டுகிறது. கூடவே செல்வ வளத்தையும் உயர்குடி மிதப்பையும். ஆனால் அதிகாரம் செல்வமாக மாறி மதத்தை ஆளத்

தொடங்கும்போதே செவ்வியல் கலை பிறக்கிறது. ஆகவே இவை கலையிலக்கிய மையங்களும்கூட.

மதம் என்பது மக்களின் நம்பிக்கைகள், வாழ்க்கைமுறைகள், தொல் உருவகங்கள் ஆகியவற்றின் பெருந்தொகை; அவற்றிலிருந்து மைய தரிசனத்தையும் தத்துவக் கட்டமைப்பையும் அறத்தையும் நெறிகளையும் உருவாக்க முயற்சி செய்கிறது. அவற்றை மக்களிடையே படிமங்களாக, கதைகளாக நிலைநாட்ட முயற்சி செய்கிறது.

மதத்தின் இத்தகைய தொடர் செயல்பாட்டின் விளைவாகவே ஆன்மிக உருவகங்களும், தத்துவமும், அறவியலும், இலக்கியமும், கலைகளும் உருவாகின்றன. அவற்றைப் பேண, நிலைநிறுத்த பேரரசு தேவை. சோழப்பேரரசு ஓர் அதிகாரக் கட்டமைப்பு. ஆனால் அது இல்லாமலிருந்தால் தமிழ்ப் பண்பாடே இல்லை. கியோட்டோ அத்தகைய ஓர் அதிகார - ஆன்மிக- பண்பாட்டு - கலை மையம். கியோட்டோ இன்று ஒரு சுற்றுலா மையமாக வடிவமைக்கப்பட்டுள்ளது.

நாங்கள் முதலில் சென்றது ஒரு ஜென் ஆலயத்துக்கு. டெய்ட்டோக்குஜி ஆலயம் ரின்ஸாய் ஜென் பௌத்த மரபினரின் ஆலயத்தொகை. பல சிறு ஆலயங்கள் அமைந்த வளாகம்.1319-ல் இது நிறுவப்பட்டது. 1467-ல் நிகழ்ந்த போரில் எரிந்து அழிந்தபின் மீண்டும் கட்டப்பட்டது. சென் நோ ரிக்யூ என்னும் ஜென் குரு இங்கே அவருடைய ஆன்மிகத் தேநீர் விருந்தை நிகழ்த்தியிருக்கிறார். ஓடா நொபுங்கா மற்றும் டொயோடோமி ஹிடயோஷி போர்த்தளபதிகள் இதைப் பேணியிருக்கிறார்கள்.

அதை ஓர் ஆசிரமம் என்றோ தியான மையம் என்றோதான் சொல்ல முடியும் பெரிய மதில்களால் வளைக்கப்பட்ட, நன்கு பராமரிக்கப்பட்ட சோலை நடுவே மரத்தாலும் இரும்பாலும் பித்தளை, செம்பு முதலிய பிற உலோகங்களாலும் ஆன ஒற்றைமாடிக் கட்டடம். செம்பால் ஆன சரிந்த கூரை. தொல்காலத்தில் இங்கே முற்றிய மூங்கிலால் கூரைகள் அமைத்திருக்கிறார்கள் - நம்மூர் வளையோட்டுக் கூரை வடிவில். பின்னர் அதே வடிவில் பித்தளையாலும் செம்பாலும் கூரை அமைக்கத் தொடங்கியிருக்கிறார்கள்.

அகன்ற இடைநாழிகள். குளிர்ந்து அமைதியில் இறுகிய தியான அறைகள். இது வெவ்வேறு தியான அறைகளின் தொகுப்புதான். அறைகளுக்குள் மிகக் குறைவான அலங்காரம், மிகக் குறைவான பொருட்கள். ஜப்பானிய ஆலயங்கள் எவையும் பிரம்மாண்டமானவை அல்ல. ஆனால் இடம் மிகச் சிறப்பாகப் பயன்படுத்தப்பட்டுள்ளது. ஆகவே விரிவு என நம் விழியும் உள்ளமும் அவற்றை உணர்ந்தபடியேதான் இருக்கின்றன.

ஜப்பானிய அறையலங்காரக் கலை மிகத் தொன்மையானது. ஜப்பானிய அறையலங்காரம் இன்று நம் கண்ணுக்கு வேறுபாடாகத் தெரிவதில்லை. ஏனென்றால் ஐரோப்பா வழியாக நம் இல்லங்களுக்கே அது வந்துவிட்டது. உதாரணமாக tokonoma எனப்படும் அறைமூலை. இங்கே அழகுப்பொருட்கள் வைக்கப்படும். Fusuma எனப்படும் ஓவியத்தட்டிகள் நீண்ட கலைமரபு கொண்டவை. கூழாங்கற்களால் ஆன அலங்காரங்கள். உலர்ந்த சுள்ளிகளின் கட்டுகள். கலங்கள், அலங்காரத்துக்குரிய எளிமையான மூங்கில் கூடைகள்.

ஜப்பானிய அறையலங்காரத்தின் அடிப்படை ஒன்றே: பார்வையை உறுத்தாத பொருட்கள். அடர் வண்ணங்களோ ஒளிரும் உலோகங்களோ செறிவான செதுக்குகளோ இல்லை. பொருட்கள் அறைக்குள் இருப்பதை நாம் அறியமுடியாது, அவை ஒட்டுமொத்தத்தின் பகுதியாகி நம் விழி அறியாமல் ஆழுள்ளத்துடன் உரையாடிக்கொண்டும் இருக்கும்.

ஜப்பானின் மிகப் பழைமையான துப்பாக்கியான Tanegashima Musket இங்குள்ளது. *1583*-ல் செய்யப்பட்டது அது. ஜென் ஆலயத்தில் துப்பாக்கி. அது ஒரு போதும் வெடித்திருக்காது என நினைத்துக் கொண்டேன். முழு வெடித்திறனுடன், குண்டு நிறைக்கப்பட்டு ஒருபோதும் வெடிக்காமல் அமைந்திருக்கும் துப்பாக்கி.

அங்கு வழிபாட்டுக்கான கோயில்கள் இல்லை. ஜென் முறையான பூசைமுறைகளைக் கொண்டது அல்ல. தியான அறைகளில் புத்தரின் சிறிய சிலை போதிசத்துவர் சிலைகளுடன் தியானத்துக்கான உருவமாக வைக்கப்பட்டுள்ளது. தோட்டத்தில் ஜென் பௌத்த பிக்ஷு ஒருவரைப் பார்த்தோம். அவரை வணங்கி புகைப்படம் எடுத்துக்கொண்டோம். கண்கள் இடுங்க சிரித்து புகைப்படத்துக்கு எங்களுடன் நின்றார்.

இப்பிக்ஷுக்களின் உடைகள் பிரம்மாண்டமான கிமோனோக்கள். தடித்த கம்பளியால் ஆனவை. மிகுந்த எடை கொண்டவை. அவர் ஒரு மாபெரும் பட்டாம்பூச்சி போலத் தோன்றினார். ஜென் பௌத்த கவிதைகளில் ஏன் பட்டாம்பூச்சிகள் அவ்வளவு வருகின்றன என நமக்கு ஓர் வியப்பு உண்டு. இங்கே பலர் ஜென் பட்டாம்பூச்சிகளைப் பற்றி எழுதிவிட்டார்கள். ஆனால், இங்கே தோட்டம் முழுக்க பட்டாம்பூச்சிகள் பறந்துகொண்டிருக்கின்றன. இவர்களின் கிமோனோக்கள் பட்டாம்பூச்சி இறகுகளேதான்.

இங்கு குளிர் காலத்தில் உறைபனி வருகிறது. ஜப்பானின் இந்த கட்டடங்கள் எவையுமே உண்மையில் மேலை நாடுகளைப்போல் குளிர்தாங்கும் வகையில் அமைக்கப்படவில்லை. திறந்த பெரிய சாளரங்களும் கதவுகளும் கொண்டவை. உயரமான ஓட்டுக் கூரைகள்

டெய்ட்டோக்குஜி ஆலய வளாகம் - சான்மான் கட்டிடம் (Sanmon)

ரோஜன்-இன் ஆலயம் (Ryogen-in Temple) -
இங்குள்ள தியான மண்டபம் ஜப்பானில் மிகப் பழைமையானது.

ரோஜன்-இன் ஆலயட்டதில் கொடாடேய் பாறை தோட்டம் (Kodatei). இந்தச் சுழல் வடிவங்கள் சுவாசத்தை உள்ளிழுப்பதையும் வெளியேற்றுவதையும் குறிக்கிறது.

(Zuiho-in) ஜுய்ஹோ-இன் ஆலய வளாகத்தில் ஜென் தோட்டம் - பாறை தோட்டங்களுக்கு பிரபலமானது.

கொண்டவை. தடிமனான சுவர்களோ இரட்டைச்சுவர்களோ இல்லை. குளிர்காலத்தில் இந்த அறைகள் நன்கு குளிருமென்று தோன்றியது. எந்த அறையிலும் கணப்பென்பதே இல்லை.

குளிர்காலத்தை இவர்கள் எப்படி எதிர்கொண்டார்கள் என்பது விந்தையாகவே இருக்கிறது. இந்த கிமோனோக்களே ஒவ்வொரு வரையும் சுற்றி ஒரு கூடாரத்தை அமைத்துவிடும் என்று தோன்றியது. அதற்குள் உடலின் வெப்பமே நிறைந்திருக்கும். நத்தைக் கூட்டுக்குள் நத்தை இருப்பதுபோல இவர்கள் இந்தக் கூடாரத்துக்குள் ஒண்டிக் கொண்டு வாழ்கிறார்கள் போலும்; இன்னொரு உடல் அது. இன்னொரு கிமோனோவுக்குள் செல்வது மறுபிறப்பு.

அங்கிருந்த பெண்மணி எங்களை வரவேற்று அந்த இடத்தைப்பற்றி அறிமுகம் செய்தார். ஜென் பௌத்தத்தின் தியான முறை என்பது மிகச் சுருக்கமாக சொல்லப்போனால் உள்ளும் புறமும் சும்மா இருத்தலே. ஆகவே அமைதியான ஒரு வெறுமையை அங்கு உருவாக்கி யிருக்கிறார்கள். இந்த வெறுமையை அனைத்திலும் பிரதிபலிக்க வைப்பதில்தான் ஜென் முறையின் வெற்றி உள்ளது. அறைகளைப் பிரிக்கும் தட்டிகளிலுள்ள ஓவியங்கள் முக்கியமானவை. ஜப்பானிய ஓவியங்களின் தனித்தன்மை உருவாகி வந்த காலத்தில் வரையப் பட்டவை அவை.

இந்தியாவிலும் ஐரோப்பாவிலும் செவ்வியல் ஓவியங்களில் இருப்பதைப் போல ஓவியக்களம் முழுக்கவே உருவங்களால் நிறைந்திருப்ப தில்லை. நிறைய வெற்றிடங்கள் விடப்பட்டுள்ளன. ஆங்காங்கேதான் உருவங்கள். தற்செயலாக தூரிகைபட்டு தீற்றப்பட்டவைபோல. மெல்லிய இறகுகள் வந்து விழுந்து படிந்தவைபோல. அந்த வகை வரை கலைக்கு 'பறத்தல்' என்னும் கருவுடன் நெருக்கம் உள்ளது. ஜப்பானிய ஓவியங்களில் தெய்வங்கள், பறவைகள், முகில்கள் பறந்து கொண்டிருக்கின்றன. மூங்கில் இலைகளும் காற்றிலாடி பறப்பவை போலத் தோன்றுகின்றன. அமர்ந்திருக்கும் புத்தரில்கூட ஆடை பறந்து கொண்டிருக்கிறது. அனைத்து உருவங்களும் மங்கிய வண்ணங்களில் உள்ளன.

நோக்கியபடிச் சென்றபோது எனக்கு அனைத்து ஓவியங்களும் பறந்து கொண்டிருக்கும் கொடியில் தெரிவன போலத் தோன்றின. ஓவியங்கள் வரையப்பட்டபின் அவற்றின் மீது அவற்றைக் கரைக்கும் எண்ணெய் அல்லது நீர் தெளிக்கப்பட்டு மெல்ல ஒற்றி எடுக்கப்பட்டு வண்ணங்கள் மிக மென்மையாக மாற்றப்பட்டுள்ளன. ஆகவே வண்ணங்கள் அனைத்தும் ஒளி ஊடுருவுவன போலத் தோன்றின.

தொடக்க கால ஜப்பானிய ஓவியங்கள் கரிய வண்ணங்களால் ஆனவை. அடர்கருமை அல்ல, கழுவப்பட்ட சாம்பல் கருமை. ஒளிரும் மழை முகில்களைப்போல. உருவங்கள் உருகி ஒன்றானவை போலிருக்கும். பின்னர்தான் வண்ணம் வந்தது. ஆயினும்கூட கரிய ஓவியங்களையே அவர்கள் முதன்மையாகக் கருதினர். பிற்காலத்தில் கறுப்புவெள்ளை புகைப்படக்கலை வந்தபோது அதில் ஜப்பானிய மேதைகள் உருவாகி வந்தனர்.

ஏ.வி.மணிகண்டன் ஒருமுறை மசாகிசா ஃபுகாஸேயின் கறுப்பு வெள்ளைப் புகைப்படங்களை எனக்குக் காட்டி ஜப்பானிய கறுப்பு வெள்ளைப் புகைப்படக்கலையை விளக்கினார். அன்று கண்ட காகங்கள், கடல் அலைகளின் காட்சிகள் பின்னர் கனவிலும் எழுந்துள்ளன. ஜப்பானிய கறுப்புவெள்ளைப் திரைப்படங்களும் உலக அளவில் புகழ்பெற்றவை. ஜப்பானிய திரைப்பட ஒளிப்பதிவுக் கலை திரைப்படங்களில் வண்ணம் வந்ததுமே அழிந்துவிட்டது என ஒருமுறை மிஷ்கின் அவருக்கே உரிய கொந்தளிப்புடன் சொன்னார்.

இன்று ஜப்பானின் கறுப்பு வெள்ளைப் புகைப்படக்கலையின் வெளிப்பாடாக உள்ளது அங்குள்ள மாங்கா போன்ற வரைகலை நூல்கள். உடலின் விசை, உணர்வெழுச்சிகள், கனவுகள் போன்ற வற்றைக்கூட அவர்கள் கோட்டோவியங்களில் அடைந்துவிடுகின்றனர். இந்த ஜென் மடாலயத்தின் தட்டிகளில் உள்ள கறுப்பு வெள்ளை படங்கள் அக்கலையின் தொல்காலத்தைச் சேர்ந்தவை.

நடக்கும்போதும் அமரும்போதும் ஓசை எழாமலிருப்பதற்காக தரைகள் மெத்தையிடப்பட்டு அவற்றின் மேல் ஜப்பானியக் கோரைப் புல்லாலான பாய்கள் பதிக்கப்பட்டிருந்தன. முற்றிய கோரைப் பாய்கள் பித்தளையால் வேயப்பட்டவை போல் தோன்றின.

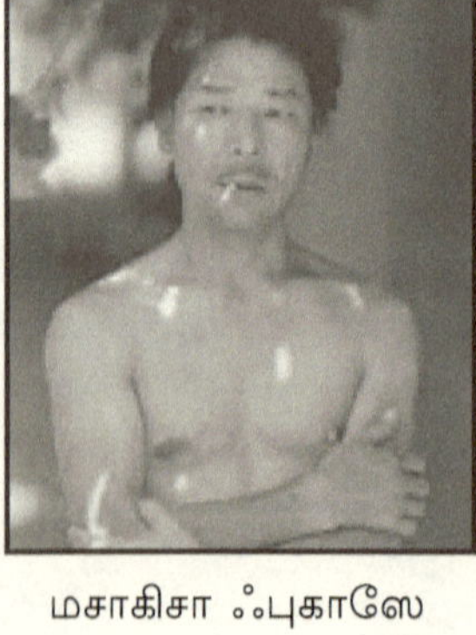

மசாகிசா ஃபுகாஸே

மசாகிசா ஃபுகாஸே / ஓவியம்

உயிருள்ள பித்தளை. கதவுகளின் தாழ்கள் பொன் போலவே மின்னின. அங்கு எவரும் ஓசை எழுப்பிப் பேசாததனால் எவரோ ஒருவர் ஒரு சொல் உரைத்தால்கூட மந்திரம்போல் அது முழங்கியது.

முற்றங்களும் குறிப்பிட்ட முறையில் பேணப்படுகின்றன. முற்றங் களைக் கல்லாலான தோட்டங்கள் என்று அவர்கள் குறிப்பிடு கிறார்கள். மணல், சரளைக்கற்கள், பெரிய கூழாங்கற்கள், குத்துப் பாறைகள் ஆகியவற்றைக்கொண்டு விதவிதமான வடிவங்களை அங்கு அமைந்திருக்கிறார்கள். நாங்கள் சென்றபோது அமைக்கப் பட்டிருந்தது கடல். இரும்புக் கரண்டியால் உருவாக்கப்பட்ட அலைகள். நடுவே தீவுகள்போல கூழாங்கற்பாறைகள் அமைந்திருந்தன. எங்களுக்கு அந்த இடத்தை அறிமுகம் செய்த பெண்மணி அவ்வடிவங்கள் ஒவ்வொரு வாரமும் மாற்றப்படும் என்றார். அதற்குரிய நாள் கணக்குகளும் தொன்மங்களும் உள்ளன.

முற்றத்தில் ஒருபுறத்தில் இருந்த செடியைச் சுட்டிக்காட்டி அது சால மரம் என்றார். மறுபுறம் போதி. ஆனால் குங்கிலியமோ அரசோ அல்ல. நான் 'இது இந்தியாவில் வேறு மரமல்லவா?' என்று செந்திலிடம் சொன்னேன். அந்தப் பெண்மணி 'ஆம் நீங்கள் நினைப்பது சரிதான். இந்தியாவில் உள்ள சால மரமும் அரச மரமும் இங்கு வளர்வதில்லை. ஆகவே இங்கு வளரக்கூடிய இந்த இரு மரங்களையும் சால, அரச மரங்களுக்கான பிரதிநிதியாக மாற்றிக் கொண்டிருக்கிறார்கள்' என்றார். ஒரு கணத்தில் உள்ளத்தில் ஒரு புன்னகை வந்தது: 'ஜென் என்பதே அந்த மரங்களைப்போலத்தான். பௌத்தம்தான், ஆனால் பௌத்தம் அல்ல. பௌத்தத்துக்குப் பதிலாக வைக்கப்பட்ட இன்னொரு பௌத்தம்'.

- 4 -

கியோட்டோவில் 24 அருங்காட்சியகங்களும் 37 பௌத்த ஜென், ஷிண்டோ மதப் பல்கலைக்கழகங்களும் தத்துவக் கல்லூரிகளும் உள்ளன. கிட்டத்தட்ட முன்னூறு ஆலயங்கள். இவற்றை முழுமையாகப் பார்ப்பதற்கு பல வாரங்கள் ஆகும். நாங்கள் கியோட்டோவின் ஒரு கீற்றை மட்டும் ஒரு நாளில் அறிமுகம் செய்துகொள்ளும் எண்ணம் கொண்டிருந்தோம். ஆகவே நகரத்தின் சாலைகளினூடாகச் சுற்றிவந்தோம். நகரத்தை ஓரிரு முறை சுற்றிப்பார்த்துப் புரிந்து கொண்டோம். ஒரு நகரம் நம்மில் ஆழ்ந்த பதிவொன்றை உருவாக்குகிறது. மனித முகங்களை அவற்றின் வெவ்வேறு சிறுகூறுகளை முன்பு அறிந்த முகங்களின் கூறுளுடன் ஒப்பிட்டு நாம் அடையாளம் கண்டுகொள்வது போலத்தான் நகரங்களையும் நுண்ணுணர்வால் அறிகிறோம்

கியோட்டோ சுற்றுலாப் பயணிகளால் நிறைந்திருந்தது; மற்றபடி வழக்கமான நகரம். ஒழுங்கு... ஒழுங்கு குலைந்துவிடுமோ எனும் அச்சத்தால் ஏற்பட்ட மேலும் ஒழுங்கு... ஒழுங்காக இருக்கிறோம் எனும் பெருமிதத்தில் உருவான மேலும் ஒழுங்கு என நம்மைப்போல் ஒழுங்கின்மையில் திளைக்கும் இந்தியர்களுக்கு மூச்சுத் திணறவைக்கும் ஒரு நகரம். ஆனால் ஒழுங்குக்குள் சென்றுவிட்டால் விரைவிலேயே அதை நாம் அதை உளப்பூர்வமாக உணர ஆரம்பித்துவிடுகிறோம். ஒழுங்கின்மை உருவாக்கும் பதற்றமும் எச்சரிக்கை உணர்வும் இல்லாமலாகும்போது ஒழுங்குக்குள் இயல்பாக படிந்து அதை மறந்தும் விடுவதனால் ஒரு விடுதலையை உணர்கிறோம்.

உண்மையில் ஒழுங்கின்மை அல்ல; ஒழுங்கே தனிமனித விடுதலை. ஒழுங்கின்மை ஒவ்வொரு தனிமனிதன் மேலும் ஒட்டுமொத்தச் சூழலும் வந்து அழுத்தம் அளிக்க செய்கிறது. ஒழுங்கு

கின்காகுஜி ஆலயம் (Kinkaku-ji Temple)
தங்க ரேக்கு பதிக்கப்பட்ட கோயில்

ஒவ்வொன்றையும் அதனதன் இடத்தில் அமைத்து ஒவ்வொரு வருக்கும் உரிய வழியை உருவாக்கிக்கொடுத்துவிடுவதனால் முழுமை யான விடுதலையை இயல்பாக்குகிறது. மிகச் சரியாக வகுக்கப்பட்ட ஒரு நகரத்தெரு நம் கவனத்தை தெருவின் அமைப்பிலிருந்து விடுவித்து வேறு நுண்ணிய செய்திகளை நோக்கிக் கொண்டுசெல்கிறது. ஜப்பானிய நகரத்தில் எவரும் தொலைந்துபோகமுடியாது.

கின்காகுஜி (Kinkaku-ji) என்னும் ஆலயம் இதனருகே உள்ளது. ஒரு சோலை சூழ்ந்த தடாகத்தின் கரையில் அமைந்திருந்தது. மரத்தாலான மூன்றடுக்குக் கட்டடம். பொன்முலாம் பூசப்பட்டது, பொன்மாளிகை என்பதே அப்பெயரின் பொருள். இங்கே இருந்த பழைய மாளிகை சையோஞ்சி கிண்ட்சன் என்னும் போர்த்தளபதிக்கு உரியதாக இருந்தது. 1397-ல் இது அஷிகாகா யோஷிமிட்சு என்னும் தளபதியால் வாங்கப்பட்டு விரிவாக்கிக் கட்டப்பட்டது. யோஷிமிட்சு இறந்தபோது அவருடைய விருப்பப்படி அவருடைய மகனால் ஜென் கோயிலாக மாற்றப்பட்டது.

1467 போரின்போது இது எரித்து அழிக்கப்பட்டது. மீண்டும் கட்டப்பட்ட பொற்கோயில் 1950-ல் 22 வயதான ஹயாஷி யோகன்

என்னும் பௌத்த துறவியால் எரியூட்டப்பட்டது. அவர் தற்கொலைக்கு முயன்றார். காப்பாற்றப்பட்டு விசாரிக்கப்பட்டு ஏழாண்டு சிறைத்தண்டனை பெற்றார். ஆனால் சித்தப்பிரமை கொண்டவர் என நிரூபிக்கப்பட்டமையால் விடுதலையானார். 1956-ல் காசநோயால் மறைந்தார். அதன்பின் பொற்கோயில் மீண்டும் கட்டப்பட்டது.

தங்க ரேக்கு பதிக்கப்பட்ட கோயில் இது. அந்தி ஒளியில் என எப்போதுமே தென்படுகிறது. 40 அடி உயரமானது. அதை நம் கண்கள் ஆலயம் என எடுத்துக்கொள்வதில்லை; ஒரு வசந்தமண்டபம் என்றே தோன்றுகிறது. சுற்றிச்சுற்றி வந்துகொண்டிருந்தபோது ஒரு பெரிய பொற்கலம் என்றும் தோன்றியது. அந்தக் குளம் மலர்கள் நிறைந்து அந்த மலர்கள் நடுவே ஒரு மாபெரும் மலர் என பொற்கோயிலின் நீர்ப்பாவையைக் காட்டிக்கொண்டிருந்தது. நீருக்குள் தீப்பற்றிக் கொண்டதுபோல. அந்த மாளிகையையே ஓங்கி எழுந்த தீ என்றே என் உள்ளம் எண்ணியது.

அந்த பௌத்த துறவி ஏன் பொன் மாளிகையை எரியூட்டினார்? சித்தப்பிரமை ஐயமில்லை. ஆனால் சித்தமயக்கத்தினாலும் எரியூட்டுவதற்கு ஒரு காரணம் இருக்கவேண்டும். இந்தப்பொன் அவரை எரிச்சலுறச்செய்ததா? அல்லது அந்த எரிவண்ண மாளிகையை மேலும் எரியழகு பெறச்செய்ய விரும்பினாரா? ஒரு ஜென் துறவி மாளிகையை எரியூட்டுவது, அற்புதமான ஒரு கதைக்கான முதன்மைப் படிமம். எனக்கு தர்கோவ்ஸ்கியின் 'சாக்ரிஃபைஸ்' படத்தில் வீட்டை எரிக்கும் காட்சி நினைவுக்கு வந்தது. 'உன் வீட்டை எரித்துவிட்டு கிளம்பு' என ஒரு ஜென் நன்னெறிச்சொல் உண்டு. அந்த ஜென் துறவியை அச்சொல் ஊக்கியிருக்குமா என்ன?

அது ஒரு சுற்றுலாமையம் என்பதனால் பெரிய கூட்டம். காதல் இணைகள் வந்து தழுவித்தழுவி நின்று புகைப்படம் எடுத்துக் கொண்டிருந்தனர். நாம் காதல்கொண்டாலும் கொஞ்சம் காத்திருந்தே இடம் பெற்றுக்கொண்டு படம் எடுத்தாகவேண்டும். உலகம் முழுக்க காதலர்களின் பாவனை ஒன்றே. ஆனால் ஜப்பானில் எவர் எந்தப் புகைப்படம் எடுத்துக்கொண்டாலும் எம்ஜியார் முத்திரை காட்டுகிறார்கள்.

மேலும் காலத்தில் அமிழ்ந்து நாரா நகரைச் சென்றடைந்தோம். கன்சாய் பகுதியின் மையநகரமான நாரா ஜப்பானின் தொன்மையான தலைநகரம், பின்னர் ஆன்மிக நகரம், இன்று சுற்றுலா மையம். கிபி 708-ல் சக்கரவர்த்தினி ஜென்மேயி தலைநகரை நாராவுக்கு மாற்றும் ஆணையை பிறப்பித்தார். 710-ல் நாரா இன்றைய வடிவில் அமைக்கப்

பட்டது. தொடர்ந்து நாரா மறுகட்டமைப்பு செய்யப்பட்டது. 784-ல் கியோட்டோவுக்கு தலைநகர் மாற்றப்படும் வரை இதுவே ஜப்பானின் ஆட்சிமையமாகத் திகழ்ந்தது.

நாராவின் முதன்மைக் கவர்ச்சி அங்குள்ள மான்கள் என நினைக்கிறேன். எங்கு பார்த்தாலும் அவை கட்டின்றிச் சுற்றி வருகின்றன. தவிடு கலந்து செய்யப்பட்ட ஒருவகை பிஸ்கட்டுகளை இங்கே விற்கிறார்கள். அவற்றை வாங்கி அந்த மான்களுக்குப்போடுவது சுற்றுலாப்பயணி களின் கொண்டாட்டம். மான்களும் முறையாக பழகி ஜப்பானிய ஒழுங்கை கற்றுக்கொண்டிருக்கின்றன. பிஸ்கட்டுகளை விற்பவர் களை அவை அணுகுவதே இல்லை; இவ்வளவுக்கும் அவர்கள் கையில் மான்களை விரட்டுவதற்கான குச்சிகள் ஏதுமில்லை. சுற்றுலாப்பயணிகளை பிஸ்கட்டுகளை வாங்கும்படி கிட்டத்தட்ட மிரட்டுகின்றன. வாங்கிவிட்டால் சூழ்ந்துகொண்டு முட்டி மோதி அலைக்கழித்துப் பிடுங்கி உண்கின்றன.

ஓர் அம்மணி கூச்சலிட்டுக் கதறினார். மகிழ்கிறாரா இல்லையா என்று சொல்லத்தெரியவில்லை. அருண்மொழி ஒரு பொட்டலம் பிஸ்கட் வாங்கிவிட்டு மான்களால் சூழப்பட்டு அலறி கையிலிருந்து வீசிவிட்டாள். அவை அதன் பின்னரும் அவளைத் துரத்திவந்தன. நாராவில் வாழ்ந்த பழைய அரசு அதிகாரிகளின் மறுபிறப்புகளாக இருக்கலாம். எந்த அரசும் அடிமட்ட அதிகாரிகளுக்கு ஊழல் செய்யும் உரிமையை அளித்தால் மட்டுமே ஆட்சியில் நீடிக்க முடியும் என்பது அரசியல் கொள்கைகளில் தலையாயது.

நாராவின் முதன்மையான கவர்ச்சி என்பது இங்குள்ள டோட்டய் ஜி (Todai-ji) என்னும் பௌத்த ஆலயம். ஜப்பானிலுள்ள ஏழு மாபெரும் பௌத்த ஆலயங்களில் ஒன்று என்று கருதப்படுகிறது. கிபி 738-ல் இந்த ஆலயம் கட்டப்பட்டது - ஒரு ஒப்புமைக்காக நம் பல்லவர் காலத்தில் என்று சொல்லலாம். நாம் அப்போது பல்லாவரம், மாமண்டூர் போன்ற ஊர்களில் சிறிய குடைவரைக்கோயில்களை உருவாக்க ஆரம்பித்திருந்தோம். நம் ஆலயக்கலை வளர்ச்சி அடைந்தது மேலும் இரு நூறாண்டுகள் கடந்தபின்னர்தான். இந்த ஆலயம் கிபி 752-ல்தான் வழிபாட்டுக்குத் திறக்கப்பட்டது. உலகிலுள்ள மிகப் பெரிய பித்தளை புத்தர் சிலை இங்குதான் உள்ளது.

பேரரசர் ஷோமுவின் ஆட்சிக்காலத்தில் பஞ்சம், விபத்து முதலிய இழப்புகள் உருவாயின. அவருடைய ஆணைப்படி ஜப்பான் முழுக்க இத்தகைய சிலைகள் உருவாக்கப்பட்டன. உச்சகட்டமாக இந்தப் பெரிய சிலை வார்க்கப்பட்டது. இச்சிலை டாய்புட்சு (Daibutsu) எனப்படுகிறது. கிட்டத்தட்ட ஐம்பதடி உயரம் கொண்டது. முகம்

டோட்டய் ஜி பௌத்த ஆலயம் (Todai-ji Temple)

டோட்டய் ஜி பௌத்த ஆலயத்தின் தெற்கு வாயில்

மட்டும் 17 அடி. கண்கள் மூன்றடி நீளம் கொண்டவை. மூக்கு இரண்டு அடி நீளம். 500 டன் எடைகொண்டது இந்தச் சிலை.

இதன் கட்டுமானத்தின் சிறப்பம்சமே இந்த எடைதான். அமெரிக்க சுதந்தரதேவிச் சிலை இத்தனை தடிமனான உலோகத்தால் ஆனது அல்ல. ஆகவே அதற்குள் சிக்கலான பொறியியல் தாங்குக் கட்டுமானம் தேவைப்பட்டது. நிலையற்ற மண்கொண்ட ஜப்பானில் இந்தச் சிலை ஆயிரத்துமுந்நூறு ஆண்டுகளாக அசைவிலாதிருப்பது இந்தப் பேரெடையால்தான். டோடோய்ஜி சிலையின் காலடியில் உள்ளே சில எலும்புகளும் பல்லும் புதைக்கப்பட்டுள்ளன என சமீபத்தைய ஆய்வுகள் காட்டுகின்றன. அவை பேரரசர் ஹோமுவுடையவையாக இருக்கலாம் என ஊகிக்கப்படுகிறது.

தத்துவ அடிப்படையிலும் இந்த ஆலயம் முக்கியமானது. பௌத்த மெய்ஞானியான க்யோகி (Gyoki) ஏழுநாட்கள் நீண்ட பெருநோன்பை மேற்கொண்டபின் ஷிண்டோ மதத்தையும் பௌத்த மதத்தையும் ஒன்றாக்கும் மெய்யறிதலை வெளியிட்ட இடம் இது. வைரோசன புத்தரை ஷிண்டோ மதத்தின் அமடெரசு (Amaterasu) என்னும் சூரியதெய்வத்தின் இன்னொரு வடிவமாக வழிபடலாம் என உடலிலிக் குரல் ஒலித்ததாக அவர் சொன்னார். அது ஜப்பானிய பௌத்த மரபின் ஒரு மாபெரும் திருப்புமுனை.

வைரோசன புத்தர் ஊழ்கத்தில் அமர்ந்திருந்தார். வைரோசனர் என்றால் விண்ணில் நிறைந்திருந்து அறம் உரைப்பவர்; தன் அறத்துடன் மண்ணில் எழவிருப்பவர். வைரோஜன புத்தர் பல தோற்றங்களில் இந்தியாவில் மலைப்பகுதி ஆலயங்களில் இருக்கிறார். ஆயிரம் கைகள் கொண்ட சிலை புகழ்பெற்றது.

டோடோய்ஜி ஆலயத்தின் கோபுர முகப்பும் பிரம்மாண்டமானது. சமீபத்தில் குடவாயில் பாலசுப்ரமணியம் அவர்களின் 'தமிழகக் கோபுரக்கலை' என்னும் நூலில் தொன்மையான கோபுரங்களைப் பற்றி வாசித்தேன். பசுக்கொட்டில்களின் முகப்பில் அமைக்கப்பட்ட காவல்மாடம் கொண்ட முகப்புதான் பின்னர் கோபுரமாக ஆகியது. தொன்மையான கோபுரங்களின் வடிவம் தோரணவாயில் போலவே உள்ளது. அவர் மாதிரிக்கு அளித்திருந்த கோபுரங்கள் சாஞ்சி பௌத்த தூபியின் முகப்பிலுள்ள வாயில்வளைவுகள் போலவே இருந்தன.

கேரளத்து ஆலயங்களின் முகப்புகளின் அமைப்பும் இவ்வாறே. அவை ஒருவகை மாபெரும் வாயில் மண்டபங்கள். இங்கே அதை கொட்டியம்பலம் என்போம். இல்லங்களுக்கும் அது உண்டு. என் முன்னோர்களின் தொன்மையான வீட்டு முகப்பிலும் கொட்டியம்

டாய்புட்சு என்றழைக்கப்படும் புத்தர் சிலை

பலம் இருந்தது. கோட்டு அம்பலம் - வளைந்த மண்டபம்- என்று அதன் சொற்பொருள். டோடாய்ஜி ஆலயத்தின் முகப்பு மாபெரும் கொட்டியம்பலம். தடிமனான மரத்தால் ஆனது.

உள்ளே - ஷிண்டோ பௌத்த இணைவை உலகுக்கு அறிவித்த இடத்தில் ஒரு தூபி கட்டப்பட்டுள்ளது. அறத்தை அறிவிக்கும் மணி தொங்கவிடப்பட்ட ஒரு மண்டபம். திபெத்திய பாணி மணி. நம் மணிகளைப்போல கவிழ்ந்த மலர் வடிவம் அல்ல. குவளை கவிழ்த்த வடிவம். இவை உலோக ஓசையால் அதிர்வதில்லை. ஓங்காரம் போல் முழங்கி ரீங்கரிக்கின்றன.

ஆலயத்துக்குள் அமைந்த மாபெரும் சிலையைச் சுற்றிச்சுற்றி வந்து வெவ்வேறு கோணத்தில் பார்த்தேன். அதன் கால் நம்மருகே பேருருவில் தெரிய தலை எங்கோ அப்பால் எனத் திகழ்ந்தது. கீழிருந்து நோக்குகையில் விழிகள் விண்ணில் வளைந்த இரு விற்கள். புத்தர்சிலைகளின் அழகே அவை எவரையும் நோக்குவன அல்ல என்பதே. அவற்றின் ஊழ்க விழிகள் நம்மை நிலைகுலையச் செய்கின்றன. அருகமர்ந்து நோக்கிக்கொண்டிருந்தால் நம்மையும் ஊழ்கத்துக்குள் இழுக்கின்றன.

வைரோசனரின் கை அருளுரை புரிந்து மலர்ந்திருந்தது. ஆடை உடலெங்கும் வழிந்திருக்க மலைப்பாறை போன்ற தலைமேல் குழல்கற்றையின் அலைகள். நோக்க நோக்கச் சிறிதாகி உளம் புகுகிறது. ஒருகணத்தில் எழுந்து விண் நிறைக்கிறது. பெருஞ்சிலை களின் முகத்தில் திகழும் அமைதி பேருரு கொண்டுவிடுகிறது. விண்ணின் அமைதி. அந்த புத்தர் சிலையே விண்ணில் முகில்திரள் போல நின்றிருப்பதாகத் தோன்றியது.

இத்தகைய பேருருவ புத்தர் சிலைகளை உலகில் பல இடங்களில் பார்த்திருக்கிறேன். சொல்லப்போனால் ஆண்டுதோறும் ஒரு புதிய பேருருவ புத்தரைப் பார்க்கிறேன். இத்தனை பெரிய சிலைகள் வேறு மதங்களில் இல்லை. மிகப் பிந்தைய காலத்தில் விஷ்ணுவுக்குச் சில பெரிய சிலைகள் உருவாக்கப்பட்டன - திருவட்டாறு ஆதிகேசவன் ஆலயம் போல. ஆனால், புத்தருக்கு இணையானவை அல்ல.

இப்பெரிய சிலைகளை உருவாக்க என்ன உந்துதல்? புத்தரின் உடலை மகாயான பௌத்தம் தர்மகாயம் என்கிறது. இப்புவியை ஆளும் நெறியையே அவருடைய உடலாக உருவகம் செய்கிறது. ஆகவே அது பேருருவாக அமைக்கப்படுவது இயல்பே.

தீர்த்தங்காரர் சிலைகளையும் பேருருவர்களாக அமைப்பது வழக்கம். ஏனென்றால் அவர்களையும் மானுடர்களுக்கு மேல் எழுந்த

மணி மண்டபம்

விண்வடிவர்களாக சமணர் நினைக்கிறார்கள். சில தீர்த்தங்காரர்களின் காலடியில் முழங்கால் உயரத்தில்தான் மலைகள் இருக்கும். சாஞ்சியின் சிலை ஒன்றில் துறவுபூண்டபின் யசோதரையிடம் பிச்சை ஏற்க வரும் புத்தர் பேருருவர். அவருடைய முழங்கால் அளவுக்கே கபிலவாஸ்துவின் மாளிகைகள் இருக்கின்றன. துறப்பதனூடாக, ஞானம் வழியாக அவர்கள் அடைந்த பேருரு எனக் கொள்ளலாம்

ஆனால், எனக்கு எளிமையாகத் தோன்றுவது ஒன்றுண்டு. இச்சிலைகளுக்கும் மலைகளுக்குமான உறவு. மலைமுடிகளை நோக்கும் உணர்வையே இவற்றை நோக்கும்போது நாம் அடைகிறோம். மலைகளை நோக்குகையில் அமைதியிலாழ்ந்த புத்தரை நோக்கும் உணர்வை அவர்கள் அடைந்திருக்கலாம். வைரோசனர் கதிர் எழுந்த மலைமுடி.

- 5 -

நாராவின் ஆலயங்கள் வழியாகச் செல்கையில் அவற்றின் வரலாற்றை முழுக்கத் தெரிந்துகொள்ளவேண்டும் என்னும் உந்துதல் ஏற்பட்டது. மிகுந்த முயற்சிக்குப் பின்னரே அதைக் கட்டுப்படுத்த முடிந்தது. இப்பயணத்தில் நான் 'முறையாக' எதையும் தெரிந்துகொள்ள முயலக்கூடாது என்றும் என்னென்ன இயல்பாக கண்ணுக்குப்படுகின்றனவோ எனக்குள் என்னென்ன எழுகின்றனவோ அவையே போதும் என்றும் எண்ணியிருந்தேன். ஆயினும் வரலாற்றை அறியும் ஆர்வம் எழுந்தபடியேதான் இருந்தது. ஜப்பானிய வரலாற்றை முழுமையாக அறியும் ஒரு நூலை வாசிக்கவேண்டும்.

ஜப்பான் பலவகையிலும் பிரிட்டனுக்கு நிகரானது. சிறிய தீவுகளின் கூட்டம். இன்று அவை பாலங்களாலும் சாலைகளாலும் ஒன்றென இணைக்கப்பட்டுவிட்டன. ஜப்பானிலும் பிரிட்டன்போல முற்றிலும் வெவ்வேறான இனக்குழுப் பண்பாடுகள் நிலவின. அயர்லாந்து, ஸ்காட்லாந்து, வேல்ஸ், பிரிட்டன் என பிரித்தானிய மண் பிரிந்து கிடந்ததுபோலத்தான் ஜப்பானும் இருந்திருக்கிறது. கிபி நான்காம் நூற்றாண்டு முதல்தான் பிரிந்து ஒருவரோடொருவர் போரிட்டுக் கொண்டிருந்த ஜப்பானிய தீவுச்சமூகங்கள் ஒற்றை அரசாக இணைக்கப்பட்டன. கியோட்டோ அப்பேரரசின் தலைநகராக ஆகியது. நாம் காணும் ஜப்பானியப் பண்பாடு அதன்பின் மெல்ல உருவாகி வந்தது.

இவ்விணைப்புக்கு இரண்டு கருவிகள் தேவைப்பட்டன. ஒன்று ஈவிரக்கமற்றதும் போர்த்திறன் மிக்கதுமான ஆட்சியாளர் கூட்டம். போர் வல்லவர்களாகிய சாமுராய்களும் அவர்களை ஆளும் ஆட்சியாளர்களாகிய ஷோகன்களும் உருவாகி வந்தனர். இன்னொன்று, தத்துவம்.

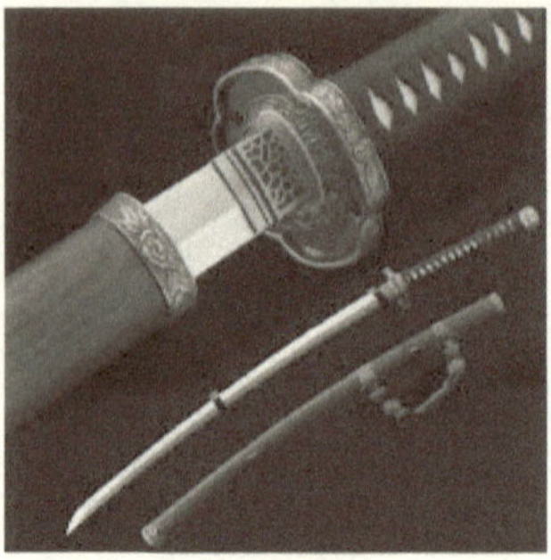

கடானா

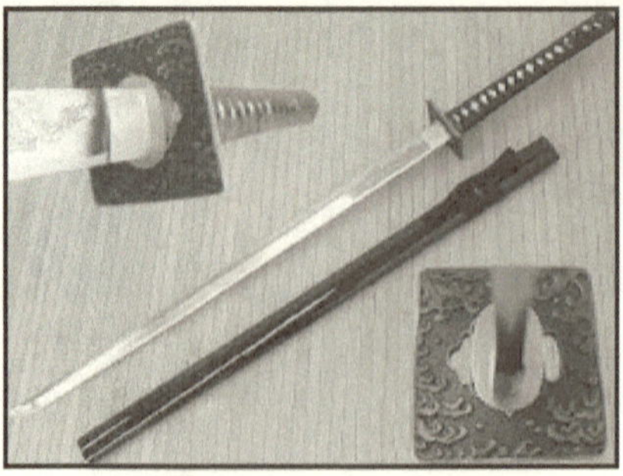

நிஞ்சா (நிஞ்சாட்டோ)

பௌத்தம் உள்ளே நுழைந்து தன் தத்துவ வல்லமையால் ஷிண்டோ மதத்தை இணைத்துக்கொண்டு உறுதியான பெருமத அடித்தளத்தை ஜப்பானுக்கு அளித்தது.

பிரிட்டனைப்போலவே போர்வெறிகொண்ட நாடாகவே ஜப்பான் என்றும் இருந்திருக்கிறது. அதன் சமூக அமைப்பு சிறியது; ஆகவே இறுக்கமான நெறிகளாலும் ஆசாரங்களாலும் உறுதியாகக் கட்டப் பட்டது. இன்றும்கூட ஜப்பானியப் பண்பாடு நெகிழ்வில்லாத ஆசாரங்களால் ஆனது. அங்கே பணியாற்றும் நண்பர்கள் ஜப்பானிய அலுவலகங்களில் உள்ள பெரியவர் சிறியவர், அதிகாரி ஊழியர் உறவுகளில் இருக்கும் திட்டவட்டமான முறைமைகளைப் பற்றி வியந்து வியந்து பேசிக்கொண்டிருந்தார்கள்.

சீனா, இந்தியா போன்ற பெரிய நாடுகள் உள்நெகிழ்வு கொண்டவை. வேறுபாடுகளும் முரண்களும் நிறைந்தவை. அவை வலுவான ஒற்றைச்சமூகமாக திரண்டு கூர்கொள்ள இயல்வதில்லை. ஜப்பான் குருதி கொந்தளிக்கும் நாடு. அதன் வரலாறே கடானாக்களால் நிஞ்சாக்களால் உருவாக்கப்பட்டது என்றால் மிகையல்ல. ஜப்பானுக்குச் சென்ற பௌத்தமேகூட வன்முறை நிறைந்த மதமாக மாறியது. அதன் கலையே கராத்தே, குங்ஃபூ போன்றவை.

விந்தை என்னவென்றால் இத்தகைய தீவிரத்தன்மையே கலைகளை யும் இலக்கியத்தையும் வளர்க்கிறது என்பதுதான். ஏனென்றால் போர்ச்சமூகம் அழுத்தமான நெறிகளால் ஆனது. நெறிகளுக்கு தத்துவ தளத்திலும் உணர்ச்சித்தளத்திலும் விரிவான பகைப்புலம் அமைப் பதையே இலக்கியமும் கலைகளும் இயற்றுகின்றன. இன்னும் ஒன்று தோன்றுகிறது, வலுவான போர்ச்சமூகங்கள்தான் இசை நாடகம், நாட்டிய நாடகம் போன்ற கலைகளை உருவாக்குகின்றன. ஏனென்றால் அக்கலைவடிவங்கள் உச்சகட்ட நாடகீய உணர்ச்சிகளை

உருவாக்கும் ஆற்றல்கொண்டவை. கிட்டத்தட்ட கலைக்குள் போரை நிகழ்த்திக்காட்டுபவை. ஜப்பானிய நோ நாடகம் உலகப்புகழ் பெற்றது.

நாராவில் கொஃபுகுஜி (Kofuku-ji) என்னும் ஆலயத்தைப் பார்க்கையில் திரைப்படங்கள், நாவல்கள் வழியாகப் பார்க்க நேர்ந்த ஜப்பானைச் சுற்றியே சிந்தனை ஓடிக்கொண்டிருந்தது. ஒருமுறை ஒரு கொலை வழக்கில் நீதிமன்றத்தில் கொண்டுவரப்பட்ட குற்றவாளியின் ஆடையைப் பார்த்த நினைவு எழுந்தது. குருதிபடிந்தது, ஆனால் நன்றாக நீவி மடிக்கப்பட்டு பிளாஸ்டிக் உறையில் வைக்கப் பட்டிருந்தது. நாரா போன்ற நகரங்கள் இன்று கலைமையங்கள். ஏனென்றால் எஞ்சியிருப்பது கலை மட்டுமே. ஆனால், உயர் கலைக்கு அடியில் குருதி இருக்கும்.

கொஃபுகுஜி ஆலயம் கிபி 669-ல் ககாமி (Kagami-no-Okimi) என்னும் அரசியால் கணவரின் உடல்நிலை தேறும்பொருட்டு கட்டப்பட்டது. முன்பு இந்த ஆலயம் யாமஷிரா என்னும் இடத்தில் இருந்தது. கிபி 672-ல் நாராவுக்கு கொண்டுவரப்பட்டது. மீண்டும் சில ஆண்டுகள் கழித்து கழற்றப்பட்டு இந்த இடத்துக்கு மாற்றப்பட்டது. பலமுறை உள்நாட்டுப்போர்களில் இந்த ஆலயம் அழிக்கப்பட்டது; மீண்டும் புதுப்பித்துக் கட்டப்பட்டது. 2018-ல்தான் இது கடைசியாக புதுப்பிக்கப்பட்டிருக்கிறது.

மரத்தாலான ஆலயம் என்பதனாலும், கூம்புக்கூரை முகடுகளினாலும், மழையும் நீராவியும் கலந்த சூழலினாலும் எனக்கு கேரளத்தில் இருந்துகொண்டிருக்கும் உணர்வு எப்போதும் இருந்தது. மிகப் பெரிய மரத்தடிகளைப் பெரும்பாலும் அவற்றின் முதல் வடிவை மாற்றாமலேயே நிறுத்தி இவற்றை எழுப்பியிருக்கிறார்கள். ஆனால் அடித்தளத்தில் மிகப் பெரிய பாறைகள் போடப்பட்டுள்ளன. அப்பாறைகள்மீதுதான் தூண்கள் நின்றிருக்கின்றன. அகன்ற முகப்பு. அவற்றில் தொங்கும் அணித்தட்டிகள். உள்ளே விழி நிறைக்க அமர்ந்திருக்கும் புத்தர்.

இந்த ஆலயங்கள் இன்று வழிபாட்டிடங்களா என்ற ஐயம் எழுந்தது. ஏனென்றால் வழிபடுகிறவர்கள் மிகக் குறைவாகவே வருகிறார்கள். பெரும்பாலானவர்கள் சுற்றுலாப்பயணிகள். ஏராளமான சீனப்பயணி களைப் பார்த்தேன். அவர்கள் இந்தியர்களைப்போலவே கைகூப்பி வணங்கி, தூபக்குச்சிகளை ஏற்றி, தலைகுனிந்து பின் விலகிச் செல்கிறார்கள். கல்லாலான மாபெரும் தூபக்கலங்கள் இருபுறமும் செய்து நிறுத்தப்பட்டிருந்தன.

மூடப்பட்டபின் ஆலயங்களுக்குள் செல்வதற்கு ஒப்புதல் இல்லை. ஆலயங்களுக்கு வெளியே இடைநாழியில் தான் நாம் நின்றிருக்க முடியும். உள்ளே சற்று உயரத்தில் சிலைகள் அமைந்திருக்கின்றன ஆலயம் மூடப்பட்டிருந்தாலும்கூட சிலைகளை குனிந்து நம்மால் பார்க்க முடியும். புத்தரின் மின்னும் பேருருவங்கள் எனக்கு பூடானை, லடாக்கை, ஸ்பிட்டி சமவெளியை நினைவுறுத்தின. இங்கு அதிகம் தென்படுவது அமிதாப புத்தர் அல்லது வைரோசன புத்தர். ஜப்பானில் நான் பயணம் செய்தவரை, எங்கும் நின்றிருக்கும் புத்தரையோ படுத்திருக்கும் புத்தரையோ பார்க்க நேரிடவில்லை.

போதிசத்வர்கள் சில இடங்களில் உள்ளனர். ஆனால் திபெத்திய பௌத்தத்திலும் அதன் வழிவந்த பௌத்த மரபுகளிலும் போதிசத்வர்களுக்கு இருக்கும் முக்கியத்துவம் இங்கே இல்லை. தாராதேவி கண்ணுக்குப்படவில்லை. இக்காரணத்தால் ஜப்பானிய பௌத்தச் சிற்பக்கலை குறுகிய எல்லை கொண்டதாகவே உள்ளது. திபெத்திய, சீன பௌத்தச் சிற்பக்கலையில் குரூரமான தெய்வங்களும் பெண் தெய்வங்களுமே கலைவெளிப்பாட்டின் உச்சங்களை நிகழ்த்துகின்றன. அவ்வடிவங்கள் இல்லாதநிலையால் ஜப்பானிய பௌத்த சிற்பங்களே ஓரிரு வடிவங்களுக்குள் அடங்கிவிடுகின்றன.

உண்மையில் புராணம் இல்லையேல் கலையும் இலக்கியமும் இல்லை. தத்துவம், ஆசாரம் என்னும் இரண்டும் இரண்டு இரும்புப் பலகைகள். அவற்றைச் சேர்த்து மதம் என்னும் கட்டமைப்பை உருவாக்கும்போது நடுவே செலுத்தப்படும் ரப்பர் பகுதிதான் புராணம். வெவ்வேறு மதங்கள் இணையும்போது புராணமே அந்த முரண்பாடுகளைச் சமன்செய்கிறது. புராணங்களிலுள்ள கட்டற்ற கற்பனைகளிலேயே ஒரு சமூகத்தின் கூட்டுக்கனவுகளும் கூட்டு அச்சங்களும் உறைகின்றன. இன்றுகூட அமெரிக்காவும் ஐரோப்பாவும் கிரேக்க - கெல்டிக் புராணங்களைச் சார்ந்தே கனவு காண்கின்றன. அவற்றை மறுஉருவாக்கம் செய்கின்றன.லார்ட் ஆஃப் ரிங்ஸ் முதல் கேம் ஆஃப் த்ரோன்ஸ் வரை உதாரணம்.

ஜப்பானில் குறைவது அது தான். புராணங்கள். ஆகவே கட்டற்ற கற்பனை. ஆகவே கலை. இக்காரணத்தால்தான் ஜப்பான் விரைவாக ஐரோப்பிய பாணி நவீனக்கலையை ஏற்றுக்கொண்டது போலும். இன்று ஐரோப்பாவின் வரைகலைகளை ஒட்டி தனக்கான புதிய புராணங்களை, புதிய வீரநாயகர்களை மாங்கா கலையில் உருவாக்கிக் கொண்டிருக்கிறது போலும்.

பௌத்த ஆலயத்தைச் சுற்றி அமைந்திருந்த தோட்டங்கள் மென்மையான பகலொளியில் பசுஞ்சுடர் கொண்டிருந்தன. ஒரு கணத்துக்கு அப்பால்

கொஃபுகுஜி ஆலயம்

கொஃபுகுஜி ஆலயம் - கிழக்கு தங்க மண்டபம்

கொஃபுகுஜி ஆலயம் - தெற்கு எண்கோண மண்டபம்

கொஃபுகுஜி ஆலயம் - தங்க புத்தர் சிலை

தான் ஒன்றைக் கவனித்தேன்: தரையில் ஒரு சருகு கூட இல்லை. எந்த ஒரு தோட்டத்தையும் காலையிலும் மாலையிலும் பெருக்கினாலும் கூட சருகுகள் இருக்கும். என்ன செய்கிறர்கள் என்று பார்த்தேன்.

அனைத்து ஆலயங்களிலும் காவலர்கள் உள்ளனர். எந்தக் காவலரும் கையில் குச்சியுடன் வெறுமே அமர்ந்திருப்பதில்லை. பெரும்பாலும் நடுவயது கடந்தவர்கள். சீருடை அணிந்திருக்கிறார்கள். பயணிகளைக் கூர்ந்து கவனித்துக்கொண்டிருக்கிறார்கள். எவரேனும் தவறுதலாக செருப்புடன் ஏறினால் மென்மையாக அதை தடுக்கிறார்கள். அங்கிருக்கும் பொழுது முழுக்க நீண்ட குச்சியால் சருகுகளை அவை விழுந்த உடனே குத்தி எடுத்து குப்பை கூடையில் போடுகிறார்கள். கூழாங்கற்களை ஒழுங்கமைக்கிறார்கள். தோட்டப்பராமரிப்பை இடைவெளியில்லாமல் செய்துகொண்டிருக்கிறார்கள்.

வியப்பூட்டும் ஒன்று இது என்று எண்ணிக்கொண்டேன். ஒரு தோட்டத்தை ஒவ்வொரு கணமும் பராமரிக்க முடியுமா என்ன... கைக்குழந்தையை பராமரிப்பதைபோல உலகில் எங்கேனும் எவரேனும் இதை செய்வார்களா? ஜப்பானியத் தோட்டக்கலை என்பது ஒரு தியானம். ஒவ்வொரு கணமும் இடையறாது இவர்கள் பராமரித்துக்கொண்டிருக்கும் இந்தத் தோட்டம் ஒரு உள்ளம். உதிர்ந்து கொண்டிருக்கும் ஒவ்வொரு சருகும் அக்கணமே அகற்றப்பட்டு விடுகின்றன.

கட்டின்றி வளர்ந்து பெருகும் காடே மானுட உழைப்பால் தன்னைத் தோட்டமெனத் திருத்திக்கொண்டு அமைகிறது. இங்கே அது ஒரு கலைப்பொருள்போல உள்ளங்கையிலிருக்கும் ஒரு படிகச்சிற்பம் போல அத்தனை முழுமையுடன் அத்தனை கட்டுப்பாட்டுடன் வந்து அமைந்திருக்கிறது.

நாராவிலிருந்து மீண்டும் ரயிலில் கியோடோ வந்து சாலையோரமாக இருந்த Hotel Ku Kyoto என்னும் விடுதியில் தங்கினோம். ஜப்பானிய பாணி விடுதி. அறையில் ஓர் அமெரிக்கத்தன்மை இருந்தாலும் ஜப்பானியப் பொருட்களும் கலந்து விந்தையான அனுபவத்தை அளித்தது. அங்குள்ள சிறப்பு ஆண்களுக்கும் பெண்களுக்கும் தனித்தனியாக அமைந்துள்ள நிர்வாணக் குளியலுக்கான குளங்கள். செந்தில் வற்புறுத்தினாலும் நான் மறுத்துவிட்டேன். நான் நினைக்கும் நிர்வாணம் அது அல்ல.

இரவில் ஓரளவு குளிர் இருந்தது. கியோட்டோவின் சாலையில் இரவுப் பயணிகள் அலைவதைப் பார்த்துக்கொண்டு நடந்தோம். நான் ஜப்பானிய உணவு வேண்டும் என்றேன். ஜப்பானிய உணவு

விடுதிக்குச் சென்று யாக்குனிக்கு (Yakuniku) எனப்படும் சுட்டகறியும், ராமென் (Ramen) எனும் சூப் நூடுல்ஸும் உண்டோம்.

ஜப்பானிய உணவு பொதுவாக எனக்குப் பிடித்திருந்தது. சீன உணவுகளே கூட எனக்கு உவப்பானவை. அவற்றில் வெண்ணை, மிதமிஞ்சிய ஊன் இருப்பதில்லை. எண்ணையில் பொரிப்பதும் குறைவு. ஆனால் சீன உணவுகளில் பலவகை மணமூட்டிகள் உண்டு. ஜப்பானிய உணவுகளில் அவை குறைவு. அதோடு மீன். மீனை அப்படியே ஆவியில் வேகவைத்துக் கொடுக்கிறார்கள் - உப்புகூடப் போடாமல். மீனின் சிறகு உட்பட நாம் கழித்துக்கட்டும் பல பொருட்களை நீரில் வேகவைத்து சூப் ஆக அளிக்கிறார்கள். நாம் அவற்றை கழித்துக்கட்டுவதே அவை நாற்றம் மிகுந்தவை என்பதனால்தான். ஆனால் மீனின் நாற்றமே அதைச் சுவையுள்ளதாக ஆக்குகிறது.

- 6 -

ஹிரோஷிமா- நாகசாகி இரு ஊர்களும் நாம் பள்ளிப்பாடங்களிலேயே அறிந்தவை. சேர்த்துப் படித்து ஒற்றை ஊராகவே நம் மனதில் நின்றிருப்பவை. நான் ஆறாம் வகுப்பு பாடத்தில் படித்த அந்த இரண்டு பெயர்களுக்கு அப்பால் உண்மையில் அங்கு நிகழ்ந்ததென்ன என்பதைப் புரிந்துகொண்டது ஒன்பதாம் வகுப்பு படிக்கும்போது வாசிக்க நேர்ந்த டாக்டர் தகாஷி நாகாயி எழுதிய 'த பெல்ஸ் ஆஃப் நாகசாகி' என்ற புத்தகத்தின் தமிழாக்கம் வழியாக. 'நாகசாகியின் மணிகள்' அந்நூல் பேர்ல் பதிப்பகம் வழியாக வெளிவந்ததா என ஓர் ஐயம். பின்னர் அந்நூலைப் பார்த்ததே இல்லை.

டாக்டர் தகாஷி நாகாயி நாகசாகியில் வாழ்ந்தவர். அணுகுண்டு வீச்சிலிருந்து உயிர் தப்பியவர். அணுகுண்டு மையத்திலிருந்து ஐந்து கிலோமீட்டர் தள்ளி அவருடைய ஆய்வகம் இருந்தமையால் ஒரு வெப்ப அலையுடன் அவர் உயிர் தப்பினார். ஆனால் உயிர் பிழைத்தவர்கள் இறந்தவர்களைவிட கொடிய துயர்களை அனுபவிக்க வேண்டியிருந்ததைப் பின்னர் உணர்ந்தார். கதிரியக்கத்தால் அவர் உடல் பாதிக்கப்பட்டது. அவர் உடல் முழுக்க கொப்பளங்கள் வெடித்தன. உறுப்புகள் வீங்கி பிரம்மாண்டமாகி சீழ்கட்ட ஆரம்பித்தன. உயிருடன் உடல் கொஞ்சம் கொஞ்சமாக அழுகிச் சிதைந்து அழிய அவர் மறைந்தார். அந்த துயர நாட்களில் அவர் எழுதிய சிறிய புத்தகம் இந்த நூல்.

நோயுற்று இறக்கும்போதே தகாஷி நாகாயி எழுதிய இந்நூல் 1949-ல் வெளிவந்தது. அப்போது ஜப்பானை ஆக்ரமித்திருந்த அமெரிக்க ராணுவம், இதில் பின்னடைவாக ஜப்பான் பிலிப்பைன்ஸில் செய்த போர்க்கொடுமைகளைச் சேர்த்தால்தான் பிரசுரிக்க அனுமதிப்போம்

ஹிரோஷிமா- நாகசாகி மீது அணுகுண்டு தாக்குதல்

த பெல்ஸ் ஆஃப் நாகசாகி - புத்தகம் / படம் தகாஷி நாகாயி

என்று சொன்னது. அவ்வாறே நூல் வெளிவந்தது. பின்னர் அந்தப் பின்னடைவு நீக்கப்பட்டது. திரைப்படமாகவும் இந்நூல் வெளிவந்துள்ளது.

இதில் இன்றும் நினைவில் நிற்கக்கூடிய இடம் ஒன்று உண்டு: அணுகுண்டு வெடிக்கும்போது அது என்னவென்று அவருக்குத் தெரியவில்லை. பின்னர் அது தெரிய வரும்போது அவருக்கு மிகப் பெரிய ஆனந்தம்தான் முதலில் ஏற்படுகிறது. ஏனெனில் அவரும் இயற்பியலாளர். அணுகுண்டு வெடிப்பு என்பது சாத்தியம்தான் என்று நிறுவப்பட்டது, மனிதன் அணுவைப் பிளந்துவிட்டான், உலகத் தொழில்நுட்பத்தின் மிகப் பெரிய பாய்ச்சல், அறிவியலின் மிகப் பெரிய சாதனை... முதலில் அதைத் துள்ளிக் குதித்துக் கொண்டாட வேண்டுமென்று அவருக்குத் தோன்றுகிறது.

பின்னர் அந்தத் துயரை அடையும்போதுகூட அவர் அந்த அறிவியல் கண்டுபிடிப்பின் வெற்றியை மறுக்கவில்லை; மாறாக அதைச் சரியாகப் பயன்படுத்த வேண்டும் என்றுதான் சொல்கிறார். இது மதங்கள் உருவாக்கும் மாயைக்கு நிகரானது என்று எனக்குத் தோன்றியது. மதங்கள் எந்த அழிவை உருவாக்கினாலும் எந்த அளவுக்கு மனிதனை இருளில் ஆழ்த்தினாலும் அதன் நம்பிக்கையாளர்கள் அவற்றைக் கைவிடுவதே இல்லை. மதம் இழைத்த தவறுகள் அனைத்தும் மதத்தின் தவறுகள் அல்ல; அதைக் கடைப்பிடித்தவர் களின் தவறுதான் என்று தவிர்த்துவிடுவார்கள். மார்க்ஸிய மதம் மிகச் சிறந்த உதாரணம்.

இந்த போதைகள் மூளையிலுள்ள கருத்துக்களின் பாதிப்பால் உருவாகுபவை. போதைப்பொருட்கள் மூளையில் உருவாக்கும் பாதிப்பைவிட இத்தகைய கருத்துகள் உருவாக்கும் கிளுகிளுப்பும் பாதிப்பும் மிகுதி என்று தோன்றியது. அந்தப் புத்தகத்தின் படங்களைக் கூட இன்று நான் நினைவுகூர்கிறேன். கறுப்பு வெள்ளையில் மையாக ஊறிய படங்கள். ஆனால் அன்று புகைப்படங்களில் இருந்து உச்சகட்ட கற்பனைகளைச் சென்றடைய நான் கற்றிருந்தேன்.

பின்னர் 1983-ல் திருவனந்தபுரம் திரைப்படக் கூட்டமைப்பில் ஒரு படம் பார்த்தேன்: Hiroshima mon amour. ஹிரோஷிமா இனி வேண்டாம் எனும் படம் அந்தப் படம் போரின் அழிவைப்பற்றி பிரிந்துசெல்லும் கணவனும் மனைவியும் அமர்ந்து பேசும் வகையில் அமைந்தது. உணர்ச்சிக்கொந்தளிப்பான உரையாடலும் நடுவே வீரியத்துடன் வந்து செல்லும் ஹிரோஷிமாவின் அழிவுக்காட்சிகளும் கொண்டது. என்னை அரங்கிலேயே கை நடுங்க, உடல் நடுங்க, மனம் நடுங்க அமரச்செய்த படம் அது. மீண்டும் அந்த படத்தை காசர்கோடு

ஃபிலிம் சொசைட்டியில் பார்த்திருக்கிறேன். அந்த உணர்ச்சிக் கொந்தளிப்பு முதலில் பார்த்தபோது என் கவனத்தில் விழவில்லை. அதில் காட்டப்பட்ட அணுகுண்டுவெடிப்புக் காட்சிகளிலேயே ஆழ்ந்திருந்தேன். பின்னர் பார்த்தபோது அக்காட்சிகளுக்கு அந்த உணர்வலை பொருளூட்டம் செய்தது எனப் புரிந்துகொண்டேன்

ஹிரோஷிமாவிலும் நாகசாகியிலும் என்ன நடந்தது என்பதைப் பின்னர் நூல்கள், ஆவணப்படங்கள் வழியாக கற்பனையை வளர்த்து அணுக்கமாகவே அறிந்திருக்கிறேன். ஆயினும் ஹிரோஷிமா எனும் எதார்த்தம் அளித்த அதிர்ச்சியும் கொந்தளிப்பும் முற்றிலும் வேறானது. ஹிரோஷிமா இன்று ஒரு நவீன நகரம். 1945 ஆகஸ்ட் ஆறாம் தேதி அங்கே வீசப்பட்ட அணுகுண்டால் முற்றாகவே இடிந்து பாழடைந்து விட்ட இந்த நகரத்தைக் கட்டி திருப்பி எழுப்பியிருக்கிறார்கள். பழைய நகரத்தின் சாயல் ஏதுமில்லை இப்போது. இன்றைய ஹிரோஷிமா டோக்கியோ அல்லது ஜப்பானின் எந்த ஒரு நகரத்தைப்போலவே தோற்றமளிக்கிறது. அவை பெரும்பாலும் ஐரோப்பிய நகரங்களைப் போலவே உள்ளன.

அணுகுண்டு விழுந்த கருமையத்தில் உண்மையில் பேரழிவு நிகழவில்லை. வெடிப்பின் அழிவு மட்டும்தான் அங்கே உருவானது. அந்த அதிர்வும் வெப்பமும் கதிர்வீச்சும் பரவப் பரவத்தான் அழிவுகள் மிகுந்துகொண்டே சென்றிருக்கின்றன. அணுகுண்டு விழுந்த இடத்தில் இருந்த ஒரு கட்டடம் பெரும்பாலும் இடிபாடாக அப்படியே நின்றுகொண்டிருக்கிறது. அதை மட்டும் நினைவுச் சின்னமாக அப்படியே விட்டு வைத்திருக்கிறார்கள். அதைச் சுற்றி அமைந்திருக்கும் பூங்காவிலும் சாலையிலுமாகச் சுற்றிவந்து அதைப் பார்க்க முடியும். அதன் கட்டட அமைப்பை தூண்கள் நாட்டி நிலைநிறுத்தியிருக்கிறார்கள். குவைக்கூம்பு வடிவக் கூரை கொண்ட பழைய பிரிட்டிஷ் பாணி கட்டடம் அது.

ஹிரோஷிமா ஹிரோஷிமாவைத் திரும்பக் கட்ட அமெரிக்க அரசு பெருமளவு நிதி அளித்திருக்கிறது. ஒரு வகை வெறியுடன் ஜப்பான் ஹிரோஷிமாவை மீண்டும் கட்டி எழுப்பியிருக்கிறது. இன்று மனிதனின் எல்லையில்லா அழிவுவெறிக்கும் எல்லையில்லா ஆக்கவிசைக்கும் சான்றாக நின்றுகொண்டிருக்கிறது இந்நகரம்.

ஹிரோஷிமாவின் அணுகுண்டு அருங்காட்சியகம் நம் எண்ணங் களைப் பதற வைக்கக்கூடியது. பழைய ஹிரோஷிமாவின் கறுப்பு வெள்ளை புகைப்படங்களிலிருந்து தொடங்குகிறது அருங் காட்சியகம். தொடர்ந்து ஹிரோஷிமா குண்டுவெடிப்பில் பாதிக்கப் பட்ட மனிதர்களுடைய அழிவுச் சித்திரங்கள். என்ன ஏது என

The Genbaku Dome - அணுகுண்டு விழுந்த இடத்தில் பெரும்பாலும் இடிபாடாக அப்படியே நின்றுகொண்டிருக்கிற ஒரு கட்டடம்.

ஹிரோஷிமா நினைவுச்சின்ன பூங்கா

அறியாமலேயே வெந்து உருகி மறைந்தவர்கள். உடல்வெந்த குழந்தைகளின் கதறல். எரிந்து தோல் வழிந்துகொண்டிருக்க அலறி அலையும் மனிதர்கள். அணுகுண்டு விழுந்த ஹிரோஷிமாவிலேயே நின்றிருப்பது போலவே அதிர்வூட்டும் சித்திரங்கள்.

வெவ்வேறு குரல் பதிவுகள், ஆவணப் பதிவுகள் அங்கே வைக்கப் பட்டுள்ளன. முதலில் அங்கே என்ன நிகழ்ந்தது என்றே எவருக்கும் தெரியவில்லை. ஆனால் உயிருடன் எரிந்துகொண்டிருந்தார்கள். ஒவ்வொரு மனிதனும் இன்னொரு மனிதனை நோக்கி 'உதவி! உதவி!' என்று கூவுவதுதான் என்னை நடுங்கச்செய்தது. மனிதன் மனிதனுக்கு இழைத்த பேரழிவு, ஆனால் அக்களத்தில்தான் மாபெரும் மனிதாபிமானமும் சேவையும் வெளிப்பட்டன. கதிரியக்க எல்லைக்குள் அறிந்தே புகுந்து சிகிழ்ச்சை அளித்து உயிரிழந்த மருத்துவர்கள் பலநூறுபேர்.

இந்தப் புகைப்படங்கள் வழியாகக் கடந்து செல்கையில் இன்று ஒரு விஷயத்தை கவனித்தேன்: புகைப்படங்கள் நம் கற்பனையைத் தூண்டிய காலம் இன்றில்லை. காட்சி ஊடகம் மிகக் குறைவாக இருந்த காலத்தில், புகைப்படங்களே அரிதாக கிடைத்த காலத்தில், ஒரு புகைப்படம் நம்மைக் கொந்தளிக்க வைத்தது. காட்சி ஊடகம் மிகுந்து தொலைக்காட்சி ஒவ்வொரு நிமிடமும் காட்சியை நமக்கு அள்ளிக் கொடுத்துக்கொண்டிருக்கிறது. இணையம் காட்சிகளின் வெளி.

அதன் விளைவாக காட்சிகள் உட்பொருள் அளிப்பது மிகமிகக் குறைந்துவிட்டிருக்கிறது. எந்த அரிய புகைப்படமும் அரைக்கணம் மட்டுமே நோக்கப்படுகிறது. அதன் வேறுபாட்டை மட்டுமே நாம் காண்கிறோம். கூர்ந்து நோக்கி அதன் குறியீட்டுத் தளம்நோக்கிச் செல்வதில்லை. அது நம் ஆழ்மனதை ஊடுருவ விடுவதில்லை. நம்மை மீறி அது நம் கனவுக்குள் நுழைந்தால்தான் உண்டு. ஆகவே தான் இன்றும்கூட நவீனப் புகைப்படமேதைகள் இணையத்தில் புகைப்படங்களை ஏற்றுவதில்லை. அவை இன்றும் அச்சுநூல் களாகவே வந்துகொண்டிருக்கின்றன

நான் இருபத்தைந்து ஆண்டுகளுக்கு முன் ஹிரோஷிமாவுக்கு வந்திருந்தால் அந்த புகைப்படங்கள் என்னை கொந்தளிக்க வைத்திருக்கும். இப்போது அவற்றின் மீதாக என் சித்தம் சற்று எளிதாக கடந்து செல்கிறதோ என்ற எண்ணம் ஏற்பட்டது. ஆனால் நேரில் பார்க்க நேர்ந்த பொருட்கள் அளித்த பதற்றம் தீவிரமானது. கருகிய குழந்தைகளின் ஆடைகள். இரும்புப்பொருட்கள் உருகி மெழுகு போல் மாறிவிட்டிருக்கின்றன. ஓர் ஆஸ்பத்திரியில் வைக்கப்பட்டிருந்த மருந்து சீசாக்கள் உருகி ஒன்றுடன் ஒன்று ஒட்டி

ஒரு பளிங்குத்துண்டாக மாறியிருக்கின்றன. அந்த வெப்பம் காதுகளை அனல்கொள்ளச் செய்வதுபோலிருந்தது.

பொருட்கள்தான் இன்னமும் குறியீட்டுத்தன்மையுடன் உள்ளன. ஒருவேளை நாளை இவ்வாறு எந்தப் பொருளை வேண்டுமானாலும் மெய்நகல் எடுக்க முடிந்தால், அவற்றையும் சாதாரணமாக எங்கு பார்க்க முடிந்த வகையில் பரப்பிவிட்டால், பொருட்களும் நமக்கு ஆழமன அதிர்வுகளைக் கொடுக்காமலாகிவிடக்கூடும். பொருள் உள்ளாழம் கொள்வது படிமமாகும்போதே. அதனூடாகவே உண்மையில் தொடர்புறுத்துகிறது, செய்தியாக அல்ல. ஒரு பொருள் படிமமாக வேண்டுமென்றால் அது நம் சித்தத்தில் சற்று நேரம் நிற்க வேண்டும். அதைப் பார்த்தவுடன் முதல் அதிர்வு ஏற்படவேண்டும். அதாவது அதை முன் நிறுத்தவேண்டும். Fore fronting என்று கலையில் அதை சொல்கிறார்கள். பொருள் மிகையாகக் கிடைப்பதும் அடிக்கடி கண்ணில்படுவதும். அந்த முன்னிறுத்தலை இல்லாமலாக்கி விடுகிறது. அதன் சித்தம் குவியாமல் ஆக்கிவிடும். அந்நிலையில் அது படிமமாவதில்லை. வெறும் பொருளாகவோ செய்தியாகவோ நின்றுவிடுகிறது.

ஹிரோஷிமாவின் அந்த விரிந்த காட்சியினூடாக ஒரு நாள் முழுக்க அலைந்துகொண்டிருந்தோம். ஒட்டுமொத்தமாக அந்த இடம் ஓர் அறச்சிக்கலை உருவாக்குகிறது. முதலில் நாம் அழிக்கப்பட்டவர் களுடன் நம்மை அடையாளம் கண்டுகொள்கிறோம். பின்னர் நம் ஆழம் அழித்தவர்களுடனும் அடையாளம் கண்டுகொள்ளத் தொடங்குகிறது. வெவ்வேறு தருணங்களில் நாம் அடைந்த போர் வெறியை, எதிரியை முற்றும் அழிக்கத்தக்கவனாக எண்ணியதை நினைவூட்டுகிறது. அது அங்கிருந்து கிளம்பினால்போதும் என எண்ணச் செய்கிறது. அங்கே வெவ்வேறு தலைவர்கள் அங்கு வந்த போது சொன்னவை ஒளிபரப்பப்படுகின்றன. அச்சொற்கள் அனைத்துமே பொய் என தோன்றத்தொடங்குகின்றன.

இன்னொன்றும் தோன்றியது, ஒரேநாளில் நிகழ்ந்தமையால் ஹிரோஷிமா பேரழிவு என கருதப்படுகிறது - கீழைநாட்டில் நிகழ்ந்தமையால் ஐரோப்பிய மனசாட்சி பெரிதாகச் சீண்டப்படுவது மில்லை. வென்ற நாட்டின் மாபெரும் பிரச்சார வல்லமையால் அது ஒரு போர்முறை மட்டுமே என சொல்லி நிறுவப்படுகிறது. அதை நியாயப்படுத்த ஜப்பான் இழைத்த நான்கிங் படுகொலைகள் போன்ற போர்க்கொடுமைகள் விரித்தெழுதப்படுகின்றன.

இதைவிடப் பலமடங்கு எண்ணிக்கையில் பிரிட்டிஷ் ஆட்சிக் காலத்தைய இந்தியாவில் பஞ்சங்களில் மக்கள் கொல்லப்பட்டனர்.

அவை செயற்கைப் பஞ்சங்கள் என இன்று ஐயம்திரிபற நிறுவப் பட்டுள்ளன. அவை எவ்வகையிலும் உலக மனசாட்சியை உலுக்க வில்லை. எவ்வகையிலும் அவை ஆவணப்படுத்தப்படவில்லை. ஏன் இந்தியாவில் எங்கும் இங்கே நிகழ்ந்த பஞ்சங்களுக்கான ஓர் அருங்காட்சியகம், ஓர் ஆவணக்காப்பகம் இல்லை. நம் பாடத்திட்டங் களில் ஒரு வரிகூட இல்லை.

அருங்காட்சியகத்துக்கு வெளியே ஒரு சிலை உள்ளது. சிறுமியான சடாக்கோ சசாக்கி கதிரியக்கத்தால் பாதிக்கப்பட்டார். நோயுற்று இறந்துகொண்டிருந்தபோது அவளுக்கு ஓர் நம்பிக்கை சொல்லப் பட்டது. லட்சம் காகிதமடிப்பு அன்னங்களைச் செய்தால் உயிர் பிழைக்கலாம் என்று. ஆயிரம் செய்வதற்குள் அவள் உயிர் பிரிந்தது. அவள் நினைவாக அங்கே ஒரு சிலை வைக்கப்பட்டுள்ளது. உலகமெங்குமிருந்து பல்லாயிரக்கணக்கான குழந்தைகள் இன்றும் அங்கே காகித அன்னங்களை அனுப்பிக்கொண்டிருக்கிறார்கள். அதுவும் ஒரு வெற்றுச் சடங்காக ஆகிவிட்டிருக்கக்கூடும். மானுடம் தீயவற்றை மறக்கவே நினைக்கிறது. ஆகவே தீயவற்றை உருமாற்றிச் சடங்காக ஆக்கிக்கொள்கிறது. மனசாட்சிப் பிரச்னைகளை எல்லாம் மானுடம் சுருக்கி எளிய ஒற்றை உணர்ச்சியாக ஆக்கிக்கொள்கிறது.

சடாக்கோ சசாக்கி

சடாக்கோ சசாக்கி சிலை

ஹிரோஷிமாவின் அணுநினைவகத்தில் ஏராளமான ஜப்பானியக் குழந்தைகள். திரள் திரளாகச் சீனப்பயணிகள். அவர்கள் படமெடுத்துக் கொண்டும் ஓசையெழாமல் சிரித்துக்கொண்டும் சுற்றுலா மகிழ்வில் திளைத்துக்கொண்டிருந்தனர். வெண்ணிறமான உப்பிய கன்னங்கள். சின்னஞ்சிறு கண்கள். சுருளற்ற மயிர்த்தோகைகள். அவர்களின் உலகில் நேற்று இல்லை. அந்தத் துயரின் துளிகூட எவரிடமும் இல்லை. அவர்கள் வாழும் உலகம் முற்றிலும் வேறு. அது டொயோட்டோ ஜப்பான்.

ஹிரோஷிமா பற்றி ஜப்பானியத் திரைப்படங்கள் மிகக்குறைவு. ஜெர்மானிய கொலைமுகாம்களைப் பற்றிய அமெரிக்க சினிமாக் களுடன் ஒப்பிடுகையில் மிக மிக அரிது. அதாவது என்னைப்போன்ற பொதுவான சினிமா ரசிகன் வரை வந்துசேரும் படங்கள் ஓரிரண்டுகூட இல்லை. விதிவிலக்காகச் சொல்லவேண்டும் என்றால் ஷோகேயி இமாமுராவின் Black Rain. அது எண்பதுகளில் இங்கே திரைப்பட அமைப்புகளால் திரையிடப்பட்டது. உலக அளவில் பெரிதாகக் கவனிக்கப்படவோ பேசப்படவோ இல்லை. பிற ஜப்பானிய மேதைகளுக்கு அணுகுண்டுவெடிப்பு ஒரு பெரிய பேசுபொருளாக இருக்கவில்லை - ருஷ்ய திரைப்பட ஆசிரியர் தர்கோவ்ஸ்கி அளவுக்குக் கூட (சாக்ரிஃபைஸ் போன்ற படங்கள்).

ஏனென்றால் ஜப்பானில் வீசப்பட்ட அணுகுண்டு பற்றிய படங்களை எடுப்பதை ஐரோப்பா விரும்பவில்லை. ஐரோப்பாவும் அமெரிக்காவும் ஜப்பானிய இலக்கியமும் சினிமாவும் ஜப்பானியக் கலாச்சாரத் தனித்தன்மைகளான ஜென், கராத்தே, தேனீர்ச்சடங்கு, சாமுராய்கள் ஆகியவற்றை சித்தரிப்பதையே விரும்பின. அத்தகைய படங்களே ஐரோப்பாவில் கொண்டாடப்பட்டன. ஜப்பானியப் பெருங்கலைஞர்கள்கூட இந்த கட்டாயத்துக்கு ஆட்பட்டவர்களே. அவர்களுக்கு அளிக்கப்பட்டது நிபந்தனை கொண்ட உலகப்புகழ்.

ஏனென்றால் ஜப்பானிய இலக்கியமும் சினிமாவும் ஐரோப்பாவும் அமெரிக்காவும் அளிக்கும் ஆதரவைச் சார்ந்தே இயங்கியவை, இயங்குபவை. ஐரோப்பாவும் அமெரிக்காவும் தங்கள் போர்க் குற்றங்களை மறக்கவே விரும்பின. தங்கள் முன்னோர்கள் ஆதிக்கத்துக்காகப் போராடிய காலனியவாதிகள் அல்ல, நீதிக்காகப் போராடிய உலகக் காவலர்கள் என்பதே அவர்களின் பாடம். அதை நம்மால் புரிந்துகொள்ளவும் முடியும். எந்தத் தேசியமும் அதைத்தான் சொல்லும். ஜப்பானிய சினிமா ஜப்பானில் பெரிய நிதியை வசூலிக்க முடியாது. அது ஐரோப்பிய அமெரிக்க - ஐரோப்பியச் சந்தையை வென்றாகவேண்டும். ஆகவே வேறுவழியில்லாமல் அவர்களுக்கு மான கலையையும் இலக்கியத்தையுமே அவர்கள் படைத்தார்கள்.

'உலகளாவிய அங்கீகாரம்' என்பது எவ்வளவு பெரிய சுமை. ஒரு பண்பாடு தன்னைத்தானே பேசிக்கொள்வதை, தன்னைத்தானே உருவாக்கிக்கொள்வதையே அது இல்லாமலாக்கிவிடும் என்பதற்கான சான்று இது. உலகம் விரும்பியபடி தன்னை உருவாக்கிக் கொள்ளும் பண்பாடு காலப்போக்கில் பண்பாடுக்குப் பதிலாக பண்பாட்டு நடிப்பு கொண்டதாக ஆகிவிடும். இன்று ஜப்பானிய இலக்கியமும் சினிமாவும் அடைந்துள்ள மாபெரும் தேக்கத்தையும் இதைக் கொண்டே புரிந்துகொள்ளவேண்டும். இன்றைய இந்திய இலக்கியமும் அத்திசை நோக்கிச் செல்கிறது.

ஐரோப்பிய அமெரிக்க ரசனைக்காக சமரசம் செய்துகொண்ட ஜப்பானிய சினிமாவும் இலக்கியமும் திரும்பத் திரும்ப ஜப்பானிய அடையாளங்கள் சிலவற்றையே பேசி விரைவிலேயே ஜப்பானியர்களுக்குச் சலிப்பூட்டுவனவாக மாறின. அடுத்த தலைமுறையினர் ஜப்பானிய கலையிலக்கியத்தை உதறி ஐரோப்பிய, அமெரிக்க சினிமாவுக்கும் இலக்கியத்துக்கும் சென்றனர். இன்று உலகளாவ அறியப்படும் ஜப்பானிய பெருங்கலைஞர்கள் எவரும் சினிமாவிலோ இலக்கியத்திலோ இல்லை. ஹாருகி முரகாமி போன்று தொண்ணூறு சதவீதம் அமெரிக்கத்தனம் கொண்ட, ஜப்பானிய இடங்களையும் ஜப்பானிய பெயர்களையும் மட்டும் பயன்படுத்தும், மேலோட்டமான எழுத்தாளர்கள் இன்று உருவாகியிருக்கிறார்கள். அவர்களே ஜப்பானிய எழுத்தாளர்களாக அறியவும்படுகிறார்கள். ஜப்பானிய இலக்கியமே ஹாருகி முரகாமி ஆக முயல்கிறது. ஆகவே அசலாக ஏதுமில்லை என்றே தோன்றுகிறது.

ஆனால், ஜப்பானிய மாங்கா வரைகலை கதைகளில் அணுகுண்டு வெடிப்பு இன்றும் ஒரு மாறாத கருவாக உள்ளது. ஏனென்றால் ஜப்பானிய மக்கள் அதை வாசிக்க, நினைவில் நிறுத்திக்கொள்ள முயல்கிறார்கள். அந்த நூல்கள் குடிசைத்தொழில்போல வெளியாகக் கூடியவை. அவற்றுக்கு ஐரோப்பிய அங்கீகாரம் ஒரு பொருட்டே அல்ல. மாங்கா வரைகலையில் அணுகுண்டுவெடிப்பு ஆக்ரோஷமான கோட்டோவியங்களாக வரையப்பட்டுள்ளது. ஜப்பானிய வரைகலை சினிமாவான 'பேர்ஃபூட் ஜென்' (Barefoot Gen) அணுகுண்டு வெடிப்புச் சூழலைக் காட்டுவது. ஆனால் இன்றைய வரைகலை படங்களைப் பார்ப்பவர்களுக்கு பெரிதாகத் தெரியாது. எண்பதுகளின் இறுதியில் திரைச்சங்கங்களில் பெரும்புகழுடன் இருந்த படம் அது.

ஹிரோஷிமா நினைவகத்தில் இருந்து வெளியேறும்போது மிக எளிதாக அதிலிருந்து தப்பிவந்துவிட்டேன் என்று எனக்குத் தோன்றியது. கற்பனையில் விரித்து விரித்து அந்த அழிவைப் பார்க்க

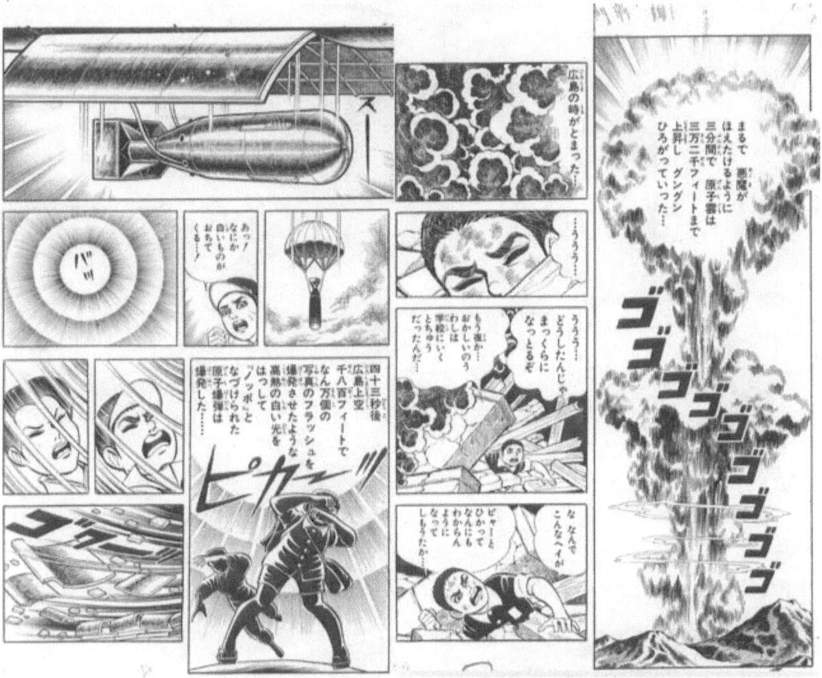

மாங்கா காமிக்ஸ் 'பேர்ஃபூட் ஜென்' - கெய்ஜி நாகாசாவாவின் அணுகுண்டு வெடிப்பு சித்திரம்

நேர்ந்தாலும்கூட உள்ளம் அதைப் பெரிதாக எடுத்துக்கொள்ளவில்லை. ஏன் தகாஷி நாகாயியின் அந்த நூல் அளித்த அதிர்வு இப்போது ஏற்படவில்லை?

ஆனால் இரண்டு நாட்களுக்குப் பின் செந்தில் வீட்டில் தூங்கிக் கொண்டிருந்தபோது பிடித்து உலுக்கப்பட்டது போல் ஒரு கனவால் எழுப்பப்பட்டேன். அப்போது குண்டு விழுந்து தீப்பற்றிக் கொண்டிருந்த ஹிரோஷிமாவில் உடல் வெந்து தசை உருக வெள்ளெலும்புகள் வெளித்தெரியும் கைகால்களுடன் அலைந்து கொண்டிருந்தேன்.

- 7 -

ஹிரோஷிமா அளித்த ஆழ்ந்த அதிர்ச்சியை வெவ்வேறு வகையில் பேசிப் பேசிச் சீரமைத்துக்கொண்டிருந்தோம். ஹிரோஷிமாவைப் பற்றி பேசுவது ஒருவகை. ஹிரோஷிமா அல்லாதவற்றைப் பேசுவது இன்னொரு வகை. ஹிரோஷிமா பற்றிய பேச்சு எப்போதுமே நம்மை அதிலிருந்து விலக்கிக்கொள்வதாகவே அமைவதைக் கவனித்தேன்.

அதாவது அணுகுண்டுவெடிப்புக்கு முழுக்காரணமும் மேலைநாட்டு அறிவியல் மேலாதிக்கம், அதை கருவியாகக் கொண்டு உலகை வெல்லவேண்டும் என்னும் அவர்களின் மிதப்பு, அதற்கு வழிவகுத்த தொழிற்புரட்சி, அதன் விளைவான நுகர்வு வெறி. உடனே தாயக் கட்டை மறுபக்கம் திரும்பி ஜப்பானின் போர்வெறி, உலகமெங்கும் ஜப்பான் இழைத்த மன்னிக்கமுடியாத போர்க்குற்றங்கள் என காட்டத்தொடங்கும்.

ஆனால் அது வெறும் தப்பித்தல். உண்மையில் அணுகுண்டு சராசரி இந்திய உள்ளத்தை மகிழ்விக்கிறது. இந்தியாவின் மீதான எந்தத் தாக்குதலின்போதும் 'அணுகுண்டு போட்டு பொசுக்கிடணும் சார்!' என்ற குரல் எழாமல் இல்லை.நாம் அனைவருமே உள்ளூர அணு குண்டுகளை ஏந்தியிருக்கிறோம். ஒவ்வொரு முறை போர்வெறியுடன் நாம் பேசும்போதும் திரும்பி நின்று அதை நோக்கவேண்டும்.

போர்வெறி என்பது தேசியவெறியின் மறுபக்கம். போர்வெறி இல்லாமல் தீவிரத்தேசியவாதத்தை நிலைநிறுத்த முடியாது. நான் தேசியவாதத்துக்கு எதிரானவன் அல்ல. நாளை தேசியவாதம் இல்லாமலாகும் சூழ்நிலை வருமென்றால் அது நன்றே என நினைக்கிறேன். ஆனால் இன்று ஒரு நிலத்தில் வாழும் மக்கள் வேறுபாடுகளுக்கு அப்பால் ஒருமைகண்டு இணைந்து வாழ சிறந்த

கொள்கை அதுவே. மதவெறியால் உருவாக்கப்படும் தேசியக்கொள்கை களைவிட நவீனத்தேசியக்கொள்கை மேலானதும் முற்போக்கானது மாகும். மதவெறித்தேசியத்தை ஆதரிப்பவர்களின் நவீனத்தேசிய எதிர்ப்பு என்பது போலியானது, சூழ்ச்சியானது என எண்ணுகிறேன்.

காந்தியும் நேருவும் அம்பேத்கரும் உருவாக்கிய நவீன இந்தியத் தேசியம் எனக்கு ஏற்புடையது. அது ஆற்றல் இழக்குமென்றால் அழிவுச்சக்திகளே மேலோங்கும். ஆனால் தேசியத்தை ஒரு வகை வெறியாக ஆக்கிக்கொள்வதில் உடன்பாடில்லை. ஏனென்றால் அது நேராக போர்வெறிக்குக் கொண்டுசெல்லும். இன்றைய சூழலில் எல்லா போர்வெறிகளும் கடைசியாக அணுகுண்டில்தான் சென்று நின்றிருக்கும்.

அணுகுண்டுப் பேச்சிலிருந்து விலகுவதற்கென்றே இன்னொரு இடத்துக்குச் செல்ல முடிவெடுத்தோம். மியாஜிமா (Miyajima) ஜப்பானின் தொன்மையான ஆன்மிக நிலையம். ஷிண்டோ மதத்தின் முதன்மையான ஆலயங்களில் ஒன்று. கடலுக்கு அப்பாலுள்ள சிறிய தீவு அது. இன்றும் அதை படகுகளில் செல்லும்படியே வைத்திருக் கிறார்கள். பெருங்கரையிலிருந்து அரைமணிநேரத்துக்கு ஒருமுறை ஒரு படகு அங்கே செல்கிறது. நாங்கள் சென்றபோது ஒரு படகு சென்றுவிட்டது. ஆகவே அரைமணிநேரம் அங்கிருந்த உணவகத்தில் அமர்ந்து பழச்சாறு அருந்தினோம்.

அங்கே ஒருவரைப் பார்த்தேன். போர்ச்சுகல்காரர். தன்னை எழுத்தாளர், வரலாற்றாய்வாளர் என அறிமுகம் செய்துகொண்டார். மிதமான போதையில் இருந்தார். அங்கிருந்த கல்லூரியில் மேலை நாட்டுக் கலை கற்பிப்பதாகச் சொன்னார். தனிமை அவரை வாட்டுவது தெரிந்தது. ஜப்பானிய மாணவர்கள் புத்தர் சீனாவில் பிறந்தவர் என நம்புவதையும், அவர் இந்தியாவில் பிறந்தவர் என்பதை நம்ப பிடிவாதமாக மறுப்பதையும் பற்றிச் சொன்னார். அதெப்படி என்று ஆச்சரியமாக இருந்தது. ஆனால் உலகமெங்கும் கலாச்சார அடிப்படைவாதம் என்பது ஒருவகை மூடநம்பிக்கை யாகவே உள்ளது.

ஜப்பானியர்களுக்கு சீனர்கள் அவர்களைப்போலவே மேலானவர்கள். கரிய இந்தியர்களில் ஒருவராக எப்படி கடவுள் பிறக்க முடியும்? ஏசு சமாரியர், ஆகவே அவர் கரிய இனத்தவராகவே இருக்கமுடியும். இன்றைய ஏசுவின் முகம் பின்னாளில் ரோமாபுரியில் சக்கரவர்த்தி களின் சாயலில் வரையப்பட்டது என வாதிடும் நண்பர் ஒருவர் எனக்கிருந்தார். ஏசுவை கறுப்பராக வரைந்த ஓர் ஓவியத்தை அவர் தேவாலயத்தில் பிரார்த்தனையின்போது காட்டினார். பக்தர்கள் பொங்கி எழுந்துவிட்டார்கள். ஒரே வசை. வசைபாடிய அனைவருமே

கருமையானவர்கள். ஏசு வெள்ளையராக நீலக்கண்களும் சிவப்புத் தாடியுமாகவே இருக்கமுடியும் என நம்பினர்.

மதச்சொற்பொழிவாளரான கிருஷ்ண பிரேமி ஓர் உரையில் கிருஷ்ணன் கரியவன் அல்ல, கிருஷ் என்றால் வியாபிப்பது என்று பொருள்; அப்பொருளிலேயே அவன் கிருஷ்ணன் என வாதிட்டதைக் கேட்டேன். வெண்முரசில் கிருஷ்ணன் இளைய யாதவர் என்றே குறிப்பிடப்படுகிறார். வாரம் ஒருவர் கொந்தளிப்புடன் அதைப்பற்றி எனக்கு எழுதிக்கொண்டிருக்கிறார். ஆனால், ஜப்பானியர்களின் அந்த நம்பிக்கை வெறும் கற்பனை அல்ல. சீனா அவ்வண்ணம் பல நூல்களில் எழுதிக்கொண்டிருக்கிறது. அதாவது புத்தர் பிறந்தது நேப்பாள எல்லையில்,நேப்பாளம் சீனாவின் நிலப்பகுதி. ஆகவே புத்தர் சீனரே என அவர்கள் வாதிடுகிறார்கள். உண்மையில் சென்ற பத்தாண்டுகளாக சீனா அந்நம்பிக்கையை கீழைநாடுகள் பலவற்றில் அழுத்தமாக நிறுவியும்விட்டது.

ஜப்பானுக்கு பௌத்தம் தமிழ்நாட்டில் காஞ்சியிலிருந்து கிளம்பிய போதிதர்மர் என்னும் பிக்ஷு வழியாகச் சென்றது என்பது தொன்மம். போதிதர்மர் காலத்தில் - கிபி ஆறாம் நூற்றாண்டு வாக்கில் - காஞ்சி இந்தியாவின் மாபெரும் பௌத்த மையங்களில் ஒன்று. திக்நாகர், தர்மகீர்த்தி, தர்மபாலர் என தொடர்ச்சியாக பௌத்த மெய்ஞானிகள் அங்கே திகழ்ந்தனர். விக்ஞானவாதபௌத்தம் அங்கே தழைத்தது. ஜப்பானிய ஜென் பௌத்த மரபின் தத்துவார்த்தமான வேர் என்பது விக்ஞானவாதமே.

விக்ஞானவாதத்தை தொகையறிவு வாதம் என தமிழாக்கம் செய்யலாம். விக்ஞானம் என்றால் அறிவியல் அல்ல. புவியிலுள்ள அத்தனை அறிவுகளையும் ஒன்றாக கருதினால் வரும் தொகையறிவு. ஆலய விக்ஞானம் என்றால் புவியிலும் புடவியிலும் உள்ள அனைத்துத் தன்னறிவுகளும் ஒன்றாகச் சேர்ந்த ஒற்றை பேரறிவு. தனியுடல் சார்ந்தது அல்ல. தோன்றாமல் அழியாமல் என்றும் இருப்பது.

படகுத்துறையில் மறுகரை செல்வதற்காக எங்களுடன் நின்றிருந்த ஒரு பெண்மணி செந்திலுடன் பேசினார். மறுபக்கம் கடை வைத்திருக்கிறார். உற்சாகமாக அவர் பேசுவதைக் கேட்டுக் கொண்டிருந்தேன். செந்தில் நன்றாக ஜப்பானிய மொழி பேசுபவர். ஜப்பானிய மொழி ஒருவகையில் கரடுமுரடானது, வல்லின ஒலிகள் மிகுந்தது என்னும் செவிப்பதிவு எனக்குண்டு. ஆனால் சிரிக்கும் பெண் பேசுகையில் அது மழலையாக ஆகி செவியை இனிக்கச்செய்தது.

மியாஜிமா கோயிலுக்கு படகில் சென்றோம். படகில் கூட்டமே இல்லை. பிரம்மபுத்திராவில் நாற்பது கார்களும் நாநூறுபேரும் இதே

போல ஒரு படகில் சென்றதை நினைவுகூர்ந்தேன். படகின் ஓரமாக அடுக்குமாடிக் கட்டடங்கள். ஜப்பானியருக்கும் கடலோர வீடுகளில் ஈடுபாடு மிகுதி. பெரும்பாலானவை விருந்தினர் மாளிகைகளாக இருக்கலாம். உப்பரிகைகளில் சிறிய நாற்காலிகளும் மேஜைகளும் போடப்பட்டிருந்தன. பல உப்பரிகைகளில் சிறிய தொங்கும் தோட்டம் இருந்த்து. அந்த கட்டடங்கள் நடுவே பறந்து சென்று கொண்டிருப்பதுபோலத் தோன்றியது.

மியாஜிமா தீவில்தான் மீசென் மலை அமைந்திருக்கிறது. இந்த மலை ஜப்பானின் உயரமான மலைகளில் ஒன்று. சூழ்ந்திருக்கும் காடு மிக அடர்த்தியானது. ஒருகாலத்தில் பகலிலும் கண் தெரியாத இருட்டு இருக்கும். ஆகவே இது மர்மமான ஒன்றாக, தெய்வங்களுக் குரியதாகக் கருதப்பட்டது. ஜப்பானிய பழங்குடி வழிபாடுகளில் இருந்து உருவான ஷிண்டோ மதத்தின் புனிதத்தலமாக நாளடைவில் உருவாகியது.

மியாஜிமா தீவுக்கு பழைய பெயர் இட்சுகுஷிமா (Itsukushima). மியாஜிமா என்றால் ஆலயத்தீவு என்று பொருள். இத்தீவிலுள்ள இட்சுகுஷிமா ஆலயம் பயணிகளைக் கவர்ந்து வருகிறது. பல சிறு ஆலயங்கள் அமைந்த ஒரு வழிபாட்டிடம் இது. கதைகளின்படி கிபி ஐந்தாம் நூற்றாண்டில் ஜப்பானை ஆண்ட சக்கரவர்த்தினி சாய்கி குரமட்டோவால் (Saeki Kuramoto) இது கட்டப்பட்டது. பின்னர் பலமுறை விரிவாக்கம் செய்யப்பட்டது. இன்றிருக்கும் வடிவில் கிபி 1555-ல் டைய்ரா நோ க்யோமோரியால் (Taira no Kiyomori) அமைக்கப்பட்டது.

கிபி 806-ல் குகாய் (Kukai) அல்லது கோபோடாய்ஷி (Kobodaishi) என்னும் புகழ்மிக்க பௌத்த துறவி மியாஜிமாவுக்கு வந்ததாகவும் அங்கே ஆவிகளின் இருப்பை உணர்ந்தமையால் அதை ஒரு

கியோமோரி

கோபோடாய்ஷி

புனிதத்தலமாக அறிவித்ததாகவும் கதைகள் உண்டு. ஏற்கனவே சாய்கி அமைத்த ஆலயத்தை ஒட்டி ஹோண்டோ எனப்படும் ஒரு தியான அறையை அவர் அமைத்தார். அங்கே அவர் குமோன்ஜி (Gumonji) எனப்படும் நூறுநாள் அனல் தியானம் ஒன்றை மேற்கொண்டார். அன்று மூட்டப்பட்ட அனல் இன்றும் அழியாச்சுடராக பேணப் படுகிறது.

மிதமான குளிருடன் பளிச்சிடும் வெயில் நிறைந்து நின்றிருந்த மியாஜிமா தீவுக்குச் சென்றோம். அங்கும் மான்கள் நிறைந்திருந்தன. ஆனால் அருகிருந்த மலையில் இருந்து இறங்கி வந்தவை. மேயும் கலை அறிந்தவை. ஆகவே பொதுவாக பயணிகளைப் பொருட்படுத்தவில்லை. செல்ஃபி எடுத்துக்கொள்ளவும் ஆர்வம் காட்டவில்லை. வெயில் காய்ந்து கண்சொக்கிக் கிடந்தன.

க்யோமோரி பதினாறாம் நூற்றாண்டில் இந்தப் பகுதியில் கடலாதிக்கம் செலுத்திவந்த குறுநிலமன்னர். அவர் தன்னுடைய ஆதிக்கத்தையும் மாண்பையும் நிலைநிறுத்தும்பொருட்டு இதைக் கட்டினார். கியோமோரி முறையான அரசக்குருதி கொண்டவர் அல்ல. அவர் ஒரு கடல்போராளி மட்டுமே. இந்த ஆலயத்தை கட்டியதனூடாக அவருடைய குடி அரசகுடி என ஏற்கப்பட்டது. ஒரு முதிய பிக்ஷு இந்த ஆலயத்தை அவர் மீட்டுக் கட்டினால் அவருக்கு முழு ஜப்பான் மீதும் ஆதிக்கம் உருவாகும் என்று கூறியதாகவும் ஆகவேதான் அவர் இதைக் கட்டியதாகவும் சொல்லப்படுகிறது.

இந்தியாவிலுள்ள பெரும்பாலான சமணத்தலங்களில் இக்கதை உண்டு. சமணத்துக்குப் பல காலகட்டங்கள் உண்டு. முந்தைய காலகட்டத்தில் இருந்து அழிந்துவிட்ட ஆலயத்தை இன்னொருவர் மீட்டு கட்டுவதற்கான ஆணையை சமணத்துறவிகள் அளிப்பார்கள். உதாரணமாக தர்மஸ்தலாவின் ஆலயம் அவ்வாறு மீட்டுக் கட்டப்பட்டதே.

இந்த ஆலயம் மிகாரோ குடியைச்சேர்ந்த மூன்று இளவரசிகளுக்கு சமர்ப்பிக்கப்பட்டுள்ளது. அவர்கள் மூன்று பெண் தெய்வங்கள் sanjoshin என அறியப்படுகிறார்கள். அவர்கள் கடல் அலைகளையும் புயல்களையும் கட்டுப்படுத்துவதாக நம்பிக்கை. போதிசத்வ அவலோகிதேஸ்வரர் சீன மொழியில் குவான்யின் எனப்படுகிறார். ஜப்பானிய மொழியில் கன்னோன். இந்த மூன்று தேவியரும் போதிசத்வ அவலோகிதேஸ்வரின் பெண்வடிவங்கள் என்று நம்பப்படுகிறது.

ஆகவே இந்தத் தீவே போதிசத்வர்களுக்குரிய மண் என்பது ஜப்பானிய பௌத்தர்களின் நம்பிக்கை. அதாவது ஷிண்டோ மதத்தின்

கடலுக்குள் நின்றிருக்கும் இட்சுகுஷிமா ஆலய தோரணவாயில்

தோரணவாயிலின் ஊடே இட்சுகுஷிமா ஆலயம்

இட்சுகுஷிமா ஆலயம் - புத்தர் ஆலயம்

தெய்வங்கள் பௌத்த மதத்தால் உள்ளிழுக்கப்பட்டு போதிசத்வர் களாக ஆக்கப்பட்டார்கள். ஹெய்கெ நோக்யோ (Heike Nokyo) எனப்படும் புனிதசுவடி இந்த ஆலயத்தில் வழிபாட்டுக்குரியதாக உள்ளது. 32 சுருளேடுகள் கொண்டது இது. தர்மபுண்டரீக சூத்ரம், அமிர்த சூத்ரம், பிரக்ஞா பாரமிதா அல்லது இதய சூத்ரம் ஆகிய மூன்று சூத்ரங்கள் கியோமோரி மற்றும் அவருடைய மைந்தர்களால் பிரதி எடுக்கப்பட்டு பொன்னாலும் வெள்ளியாலும் முத்துச் சிப்பியாலும் அணிசெய்யப்பட்டு வழிபாட்டுக்காக வைக்கப்பட்டுள்ளது.

முற்காலத்தில் ஷிண்டோ நம்பிக்கையின்படி இது பிறப்பும் இறப்பும் அற்ற நிலம். ஆகவே இங்கே பொதுமக்கள் அனுமதிக்கப்பட்டிருக்க வில்லை. 1878 வரை இங்கே இறப்பும் பிறப்பும் நிகழலாகாது என்ற ஆணை இருந்தது. இன்றும் கருவுற்ற பெண்கள் இத்தீவில் தங்க அனுமதிக்கப்படுவதில்லை. இறந்தவர்களைப் புதைப்பது தடைசெய்யப்பட்டுள்ளது. நோயுற்றவர்கள் உடனே தீவிலிருந்து வெளியே கொண்டுசெல்லப்படுவார்கள்.

பின்னணியில் இருக்கும் மிசன் மலை (Mount Misen) மேல் டொயோட்டோமி ஹிடெயோஷி என்பவரால் இன்னொரு ஆலயம் கட்டப்பட்டது. மலைக்குமேல் ஏறிச்சென்று அங்குள்ள ஆலயங் களில் வழிபடுவதும் செரிபிளாஸம் பூக்கும் காலங்களில் அங்கே மலைநடை செல்வதும் ஜப்பானியரின் வழக்கம். இலையுதிர் காலத்தில் மொத்த மலையே சிவப்பாக மாறிவிடும் என்று செந்தில் சொன்னார். கயிற்று வண்டிகளில் மேலே செல்லமுடியும்.

இட்சுகுஷிமா ஆலயத்தின் மையக் கவர்ச்சி என்பது கடலுக்குள் நின்றிருக்கும் தோரணவாயில். ஜப்பானிய ஆலயங்கள் மற்றும் மாளிகைகளின் முகப்பில் உள்ளதுபோன்ற தோரணவாயில்தான் இது. இதை இங்கே தோரி என்கிறார்கள். நாம் தோரணமே தோரி ஆகியது என்று ஓங்கி சொல்லிவிடமுடியும்தான் - நமக்குள்ளேதான். சாம்பிராணி மரத்தாலானது இது. ஆகவே கடலின் உப்பால் மட்குவதில்லை.

பழங்காலத்தில் இவ்வண்ணம் மாபெரும் தோரணவாயில்களைக் கடலோரம் அமைக்கும் வழக்கம் இருந்தது. அது ஓர் அடையாளம். துவாரகை, கபாடபுரம் போன்ற பெயர்கள் அவ்வாறு வந்தவையாக இருக்கலாம். ஐம்பதடி உயரம்கொண்டது இந்தத் தோரண வாயில். படகுகள் அதனூடாக உள்ளே வந்திருக்கலாம். இன்று மிகத் தள்ளி படகுகள் பயணிகளைக் கொண்டு இறக்கும் துறைமேடைகள் உள்ளன. அங்கிருந்து நடந்து வருகையில் கடலுக்குள் இருந்து

எழுந்தது போல இது நின்றிருக்கிறது. பொன்னாலான ஒரு நகையை கடல் அணிந்திருப்பதுபோல.

தோரணவாயிலும் சரி ஆலயமும் சரி செந்நிறமானவை. ஆனால் வெயிலில் பொன்னொளி கொள்கின்றன. ஜப்பானின் தொன்மையான கட்டடங்கள் அனைத்தும் நாங்கள் செல்வதற்குச் சில நாட்களுக்கு முன்னர்தான் கட்டி முடிக்கப்பட்டவை போல பழுதறச் செம்மை செய்யப்பட்டிருக்கும். இட்சுகுஷிமா ஆலயம் நாங்கள் சென்ற போதும் செம்மைப்பணி முடியவில்லை. சில இடங்கள் மூடிவைக்கப் பட்டு வேலை நடந்துகொண்டிருந்தது.

இட்சுகுஷிமா ஆலயத்தொகையில் மையமானது நான்கு அடுக்குகள் கொண்ட புத்தர் ஆலயம். இது கடலோரமாகக் கட்டப்பட்டுள்ளது. கடலோரச் சேற்றில் பாறைகளை நிறுத்தி அதன்மேல் வலுவான மரத்தடிகளை நட்டு மேலே எழுப்பப்பட்டது. ஒரு கப்பல்மேல் செல்லும் உணர்வு உருவாகும். காலடிக்கு கீழே கடல். இந்தவகை யான கட்டடக்கலைக்கு ஷிண்டன் சுகுரி (Shinden Zukuri) பாணி என்று பெயர். ஒரு கப்பலைத்தான் கட்டடமாக உருவகிக்கிறார்கள்.

இக்கட்டடத்தின் சிறப்புக்கூறு கட்டடத்தின் உள்ளே அங்கணம் போன்ற அமைப்புகளில் கடல் உள்ளே இருக்கிறது என்பதே. ஜப்பானில் பதினைந்தாம் நூற்றாண்டு முதல் உருவான கட்டடக் கலையில் அக்கட்டடம் அமைந்துள்ள இடத்தின் இயற்கையை கட்டடத்துக்குள் விட்டுக் கட்டப்படும் பாணி முக்கியமான ஒன்று. காடு என்றால் கட்டடத்துக்குள்ளேயே காட்டின் சிறுபகுதி இருக்கும். மலைப்பகுதியில் பாறைகள் உள்ளே விடப்பட்டிருக்கும். இங்கே கடல்.

கடலின் ஒளியும் காற்றும் ஆலயம் முழுக்க நிறைந்திருந்தன. தூண்களின்மேல் அமைந்த இடைநாழிகளினூடாக அந்த ஆலயங் களுக்குச் செல்லலாம். அரையிருள் நிறைந்த கருவறைகளுக்குள் பொன் மின்னும் புத்தர் சிலைகள். பெண் போதிசத்வர்கள். அந்தப் பொழுதில் வழிபாடு ஏதுமில்லை. திபெத்திய பௌத்த ஆலயங்களில் இருப்பதுபோன்ற தியான கூடமாகிய முகப்பும் ஓங்கார ஒலி எழுப்பும் மணியும் இருந்தன.

ஆலயவாயில்களில் சீன பாணி சிம்மங்களைக் கண்டேன். சீனச் சிம்மங்கள் சிம்மங்களின் அலங்காரத் தோற்றங்கள். சிம்மங்களைத் தழல்வடிவுடன் கலந்து உருவாக்கப்பட்டவை. பிடரிமயிர் வளைந்து வளைந்து பரவியிருக்க அவற்றின் உடலே தழல்நெளிவு கொண்டிருக்கும். வாயிற்காவல் நின்றிருக்கும் சீனச் சிம்மங்களில்

காவல் சிம்மம் சீனா

காவல் நாய் ஜப்பான்

ஆண் ஓர் உருளையைக் காலால் மிதித்திருக்கும். அல்லது கையில் வைத்திருக்கும். அது அதிகாரத்தின் அடையாளம். பெண் சிம்மம் குருளையை அருகில் வைத்திருக்கும். அல்லது கோப்பை ஒன்றைக் கீழே வைத்திருக்கும்.

ஆனால் அருகே சென்றபோது தெரிந்தது, அவை சிம்மங்கள் அல்ல, நாய்கள் என. ஆனால் நாயின் எந்தக் கூறும் இல்லை. நாய்வடிவிலான காவல்தெய்வம் என எழுதி வைத்திருந்தனர். சீனச் சிம்மத்தை அப்படியே நாயாக ஆக்கிவிட்டிருக்கிறார்கள். நாயை நாம் ஓநாயிலிருந்து எடுத்து பலநூற்றாண்டுகளாகச் சிம்மமாக ஆக்கிக் கொண்டிருக்கிறோம். அல்லது கைக்கடக்கமான, சொன்னபேச்சு கேட்கும் ஒரு சிம்மத்தை உருவாக்கிக் கொண்டிருக்கிறோம்

இப்பகுதி கடல்வேலியேற்றம் வேலியிறக்கம் ஆகியவற்றுக்குப் புகழ்பெற்றது. வேலியேற்றத்தின்போது கடல்நீர் ஆலயத்தின் விளிம்புவரை வரும். வேலியிறக்கத்தின்போது மிக அப்பால் விலகிச் சென்று ஒரு சேற்றுமணல்வெளி வெளியே எழும். நாங்கள் சென்ற போது நீர் மேலேறத்தொடங்கியிருந்தது இரவில் வேலியேற்றம் முழுமையாகும் போலும்.

சேற்றுப்பரப்பில் பல்லாயிரம் குமிழிகள். சுருசுரு ஒலியுடன் அவை வெடித்துக்கொண்டிருந்தன. பின்னர் கண்டேன், அவை நண்டுக் குஞ்சுகள். மென்மையான சதுப்பின் துளைகளில் இருந்து எழுந்து பக்கவாட்டில் ஓடி மீண்டும் துளைகளுக்குள் புகுந்துகொண்டன. மீண்டும் எழுந்து மீண்டும் உள்ளே புகுந்தன. மண்ணுக்கு அடியிலும் மேலுமாக ஒரு வாழ்க்கை. மேலே இருக்கும் உலகம்தான் அவை

உணரும் சொர்க்கமாக இருக்கவேண்டும். மேலே எழுவதுதான் தியானம்.

நாங்கள் திரும்பும்போது ஒரு கடையில் இருந்து பெண்மணி ஒருத்தி உற்சாகமாகக் கூச்சலிட்டு கையை அசைத்தாள். ஏதோ வாங்கு வதற்காக அழைக்கிறாள் என நினைத்தோம். அதன் பின்னரே முன்னர் படகில் கண்ட பெண்மணி எனத்தெரிந்தது. வெறும் வாழ்த்துதான். அந்த பாவனைகளும் தோரணைகளும் அற்ற சிரிப்பை நான் ஐரோப்பாவிலோ அமெரிக்காவிலோ கண்டதில்லை. ஜப்பானில் நான் அடைந்த முக்கியமான தன்னுணர்வு அது. அமெரிக்காவிலும் ஐரோப்பாவிலும் நான் அந்நியனாக உணர்ந்தேன். அங்குள்ளோரின் அத்தனை நட்புக்கும் நயத்தகு பாவனைகளுக்கும் அடியில், 'நீ வேறு' என விலக்கும் ஒன்று இருந்தது. ஜப்பானில் அவ்வாறு ஒரு தருணத்திலும் தோன்றவில்லை.

- 8 -

ஜப்பானியப் பயணத்தைத் திட்டமிடும்போதே என் உள்ளத்தில் இருந்தது ஃப்யூஜியாமா. வெவ்வேறு திரைப்படங்களிலும் ஆவணப் படங்களிலும் அந்தத் தொன்மையான எரிமலையை நான் பார்த்திருக் கிறேன். ஒரு படத்தில் ஜாக்கிசான் மாபெரும் பலூன் ஒன்றுக்குள் புகுந்து அதிலிருந்து உருண்டே கீழே வருவார்.

மிகச் சிறுவனாக இருந்தபோது பாடப்புத்தகத்தில் உலகின் மகத்தான எரிமலைகளில் வெசூவியஸ், ஃப்யூஜியாமா என்று படித்த நினைவு. கலைக்களஞ்சியத்தில் ஃப்யூஜியின் கறுப்பு வெள்ளை படங்களைப் பார்த்திருக்கிறேன். மீண்டும் சில ஆண்டுகள் கழித்து நேஷனல் ஜியோகிராபிக் இதழில் இரு பக்கங்களிலாக விரிந்த மாபெரும் வண்ணப்படத்தை பார்த்த நினைவு. பனி படிந்த அதன் கூம்பு முனைக்கு அடியில் கல் உருகிக்கொண்டு இருக்கிறதென்பதன் விந்தையை நெடுநாட்களாக உள்ளத்தில் ஓட்டியிருக்கிறேன்.

வெசூவியஸ் வெடித்து பாம்பி நகரம் அழிந்ததைப்பற்றி 'பாம்பியின் கடைசிநாட்கள்' என்னும் நாவலைப் பள்ளிநாட்களில் வாசித்தேன். கனடா அருங்காட்சியகத்தில் ஒருமுறை பாம்பியின் எரிமலைக் குழம்பில் சிக்கிக்கொண்டு பாறை வடிவமாக எஞ்சியவர்களை ரப்பர் மாடல் ஆக வடித்து காட்சிக்கு வைத்திருந்தனர். ஒருகணத்தை அப்படியே கல்லில் வடித்தது போன்ற தோற்றங்கள். ரொட்டிக் கடைக்காரர் ரொட்டியை வெட்டிக்கொண்டிருக்க அந்த ரொட்டி கூட அதே வடிவில் இருந்தது.

இந்த இடங்களுக்கெல்லாம் செல்ல முடியும் என்றும், அதற்கான வாய்ப்பு அமையும் என்ற எண்ணமும் எப்போதும் எனக்கு இருந்த தில்லை. எனது இளமைப்பருவத்தில் வெளிநாடு செல்வதென்பது

கனவிலும் நிகழ இயலாத ஒன்று. ஆனால் நான் ஏறும் மூன்றாவது எரிமலை இது. மலைகள் அனைத்துமே மகத்தானவைதான். மனிதனை மிகச் சிறிதாக ஆக்குபவை. ஆனால் அனலை உள்ளடக்கிய எரிமலை என்பது அதற்கும் அப்பால். அனல் தூணென எழுந்த சிவம் அது.

அமெரிக்காவின் மௌண்ட் சாஸ்தா நான் ஏறிய முதல் எரிமலை. அதைப்பற்றி எப்படியும் ஓரிரு வாரங்களில் ஒருமுறை உணர்வு பூர்வமாக நினைத்துக்கொண்டே இருக்கிறேன். நண்பர் திருமலை ராஜன் அவர்களுடன் இருமுறை அந்த எரிமலையில் ஏறும் வாய்ப்பு கிடைத்தது. அந்த எரிமலை வெடித்து துப்பிய கற்குழம்பு உறைந்த பாறையின் அலைகளுக்கு மேல் நடந்ததை நினைவுறுகையில் கால்களில் ஒரு கூச்சத்தை உணர்கிறேன். குளிர்ந்த அனல்! கல்லென்றான தழல்! அதன் அருகே அது உமிழ்ந்து பிறக்க வைத்த ஒரு குட்டி எரிமலை. யானை அருகே கன்று போல.

ஃப்யூஜியாமாவுக்குச் செல்ல வேண்டுமென்று நினைத்தாலும் கூட வெண்முரசு எழுதிக்கொண்டிருந்த கொந்தளிப்பான நாட்களில் இதை நான் பயணத்திட்டத்தில் சேர்க்கும்படிச் சொல்லவில்லை. சொல்லப்போனால் பயணத்திட்டமே என் உள்ளத்தில் இல்லை. ஹிரோஷிமாவில் இருந்து திரும்பி வந்த மறுநாள் ஃப்யூஜியாமாவுக்கு செல்லலாமென்று செந்தில் சொன்னபோது ஓர் அலையென கைலாச மலைமுடியும் திருவண்ணாமலையும் மௌண்ட் சாஸ்தாவும் நினைவில் எழுந்தன. மகாபாரதம் சொல்லும் கந்தமாதன மலையும்.

ஃப்யூஜியாமா இறுதியாக வெடித்து முந்நூறாண்டுகள் ஆகின்றன. ஜப்பானியர்களுடைய பண்பாட்டில் ப்யூஜிக்கு மிகப் பெரிய பங்குண்டு. ஜப்பானிய பண்பாட்டின் தலைக்கு மேல் எழுந்து நின்றிருக்கும் மாபெரும் இறைசாட்சி அது. அவர்கள் அதை ஃப்யூஜி சான் என்று சொல்கிறார்கள். 'ஃப்யூஜி அவர்கள்' என்று தமிழில் மொழி பெயர்க்கலாம். ஜப்பானியரின் மூன்று புனித மலைகளில் ஒன்று. டேட் மலை, ஹாக்கு மலை ஆகியவை பிற.

ஃப்யூஜி *12,389* அடி உயரம் கொண்டது. ஃப்யூஜி என்றால் அழிவில்லாதது, என்றுமுள்ளது என்று பொருள் என்கிறார்கள். தீயின் ஆசான் என்னும் பொருளிலும் இச்சொல் பயன்படுத்தப்படுகிறது என்றும் சொல்லப்படுகிறது. ஷிண்டோ தொன்மத்தின்படி நிலையற்றுக் கொந்தளித்துக்கொண்டிருந்த மண்ணில் ஒரு நாணல் போல் எழுந்த Kuninotokotachi என்னும் தெய்வத்தின் துணைவியான Ninigi தான் ஃப்யூஜியின் தெய்வம். ஃப்யூஜி எரிமலையைக் கேள்விப்

மௌண்ட் ஃப்யூஜி

படாதவர்கள்கூட ஃப்யூஜி புகைப்படச் சுருள் நிறுவனத்தை அறிந்திருப்பார்கள்.

செந்திலும் அவருடைய நண்பர் சந்தோஷும் நாங்களும் காரில் கிளம்பினோம். டோக்கியோவிலிருந்து நூறு கிமீ தொலைவில் உள்ளது ப்யூஜி. மூன்று மணிநேரத்தில் ப்யூஜியைச் சென்றடைந்தோம் நாங்கள் வந்தது சற்று பிந்தி என்பதனால் ஜப்பானிய செர்ரிபிளாசம் கொண்டைகள் மலர் உதிர்ந்து முடித்துவிட்டிருந்தன. இலைகள் தளிர்கள் சூடி நிற்க காடு பச்சை நிறத்தில் பகல் ஒளியில் கண்கூச வைத்தது. ஆனாலும் சுற்றுலா மனநிலை மாறவில்லை. கூட்டம் கூட்டமாக மக்கள் சென்று கொண்டிருந்தார்கள். அப்பகுதியில் மலையேறும் முகாம்களும் வெவ்வேறு வகையான நட்புக்கூடல் களும் பயிற்சி முகாம்களும் நடந்துகொண்டிருந்தன.

ஃப்யூஜியின் உச்சியில் ஐந்தாம் அடுக்கில் பனிப்படலங்கள் தொடங்கும் இடம் வரைதான் கார் செல்லும். அங்கு மூன்றடுக்கு கட்டடமாக ஒரு அலுவலகம். அருகே வண்டி நிறுத்துமிடங்கள். நாங்கள் சென்றபோது குறைவானவர்களே அங்கிருந்தார்கள். அது சுற்றுலாப்பயணிகள் அதிகம் வரும் பருவமல்ல. கீழே நாங்கள் பார்த்தவர்கள் மலையேற்றம் செல்பவர்கள். பலவகை பயிற்சிகள் எடுப்பவர்கள். ஆயிரமாண்டுக் காலமாக சாமுராய்கள் ஃப்யூஜியின் அடியில்தான் ஆயுதப் பயிற்சி எடுத்து வருகிறார்கள்.

கட்சுஷிகா ஹொகுசாய் வரைந்த ஓவியம்

இந்திய இலக்கியங்களில் மிக அதிகமாக வர்ணிக்கப்பட்ட மலைமுடி கைலாயம்தான். பிற மலைமுடிகள் பின்னாளில்தான் புகழ்பெற்றன. கைலை மலைமுடி நமக்கு மதம்சார்ந்த முக்கியத்துவம் கொண்டது. பாரதவர்ஷம் மீது வைக்கப்பட்ட மணிமுடி போன்றது. காளிதாசன் தன் சொற்களால் அதை இந்திய உள்ளத்தில் கனவென நிலை நிறுத்தினான்.

ஃப்யூஜி அதேபோல ஜப்பானியர்களுக்கு முக்கியமானது. ஜப்பானின் ஓவியங்களில் பல கோணங்களில் ஃப்யூஜி வரையப்பட்டுள்ளது. ஜப்பானிய ஓவியர் ஹொகுசாய் (Hokusai) *1760-1849*-ல் வரைந்த *36* கோணங்களில் ஃப்யூஜி என்னும் ஓவியநிரை பெரும்புகழ்பெற்றது. அந்த ஓவியங்களின் தொகுப்பே ஒரு மதநூல் அளவுக்குப் புகழ் பெற்றுள்ளது. அவற்றில் சுனாமி அலைகள் நடுவே ஃப்யூஜி தெரியும் ஓவியம் கிட்டத்தட்ட ஜப்பானின் அடையாளமாகவே ஆகிவிட்ட ஒன்று.

வண்டியை நிறுத்திவிட்டு வெளியே இறங்கியபோது முதல் முறையாக ஜப்பானில் நல்ல குளிரை உணர்ந்தேன். கண்களில் நீர் வரும் அளவுக்கு ஒளியுடன் பனி சரிந்து படர்ந்திருந்தது. ஃப்யூஜியின் மேல் ஏறியவர்கள் வளைந்த பனிச்சரிவுப்பாதை வழியாக கண்ணாடிப் பொருக்கில் கால்கள் புதைய இறங்கி வந்து கொண்டிருந்தார்கள். ஊன்றி செல்வதற்கான கூர்க்குச்சிகளும் பனியில் புதையாத அகன்ற காலடிகள் கொண்ட செருப்புகளும் அணிந்திருந்தனர்.

ஃப்யூஜி தொலைவிலிருந்து பார்க்கையில் சீவப்பட்ட பென்சில்முனை போல கூரியது. அங்கிருந்து பார்க்கையில் பரந்தகன்ற மலைமுடி. ஆனால் அதன் சரிவுகள் அந்த அணுக்கத்தில் கூட செங்குத்தானவை யாகவே தோன்றின. மேலே ஏறிச்செல்வதற்கு சில குறிப்பிட்ட வழிகள் உள்ளன. வழிகாட்டி உதவியுடன் அந்த வழியாகவே தான் மேலே செல்ல இயலும்.

பனிமலையில் சற்று ஏறி செல்லவேண்டும் என்று தோன்றியது. நான் அணிந்திருந்த செருப்புடன் செல்வது அவ்வளவு உகந்ததல்ல என்று செந்தில் சொன்னார். இருந்தாலும் ஃப்யூஜியின் பனியில் ஏறாமல் திரும்பி வந்தால் ஒரு மனக்குறை ஏற்படும் என்று தோன்றியது. ஆகவே நானும் செந்திலும் முட்கம்பி வேலியை ஏறிக்குதித்துப் பனிவழிந்து படிந்திருந்த மாபெரும் வெள்ளிவிளிம்பு வழியாக ஏறிச்சென்றோம். ஃப்யூஜியின் வெண்ணிறச் சடை வழியாக ஏறும் பேன்கள்போல.

கால்கள் நன்றாக வழுக்கும் என்பது தெரிந்ததனால் கூடுமானவரை ஆழ ஊன்றி கைகளை விரித்து கவனமாக நடந்தேன். செந்தில் இருமுறை சறுக்கி விழுந்தபோதும்கூட நான் விழவில்லை. பனியில் ஏறுவதைப்போல நுரையீரலை வாயில் உணர வைக்கும் செயல் பிறிதொன்றில்லை.

நமீபியாவில் மணல் குன்றுகளில் ஏறியிருக்கிறேன். அதுவும் கடினமானதே. நம் உந்துவிசையில் பெரும்பகுதியை மணல் உள்வாங்கி இழுத்துக்கொள்ளும். ஆனால் பனி இன்னும் மென்மை யானது. கால் வைத்ததும் முழுவிசையும் அது உள்வாங்கி விரிந்து அகன்றுவிடுகிறது. அடுத்த காலை எடுத்து வைப்பதற்கு மும்மடங்கு விசை தேவைப்படுகிறது. கண்ணால் பார்த்தால் மிகக் குறைந்த தொலைவே வந்திருப்போம், அதற்குள் மூச்சிரைத்து உடலெங்கும் இதயத்துடிப்புகள் அதிரும். குளிர் சூழ்ந்திருக்கையிலும் உடல் வெம்மை கொண்டிருக்கும்.

ஒரு சிறு பனிப்படுகையை கடக்க முற்பட்டேன். காலை நன்கு அழுத்தி ஊன்றி வைத்ததாக நினைவு. என்ன நடக்கிறது என்று தெரிவதற்குள் பனிவெளி சற்றே புரண்டது. நான் நிலத்தில் விழுந்திருந்தேன். பொருக்குப் பனியானதால் அடிபடவில்லை. ஆனால் பொருக்கு பனியில் கால் சுளுக்கிவிடவே வாய்ப்பு. நல்லவேளை ஒன்றும் ஆகவில்லை.

கைகளை ஊன்றி மேலெழுந்து மீண்டும் நடந்து சென்று பனிவெளி முற்றிலும் சூழ்வது வரைக்கும் ஏறி நின்றேன். சுற்றிலும் பனி விழுந்த போது வேறொரு ஃப்யூஜியை உணர முடிந்தது. கீழிருந்து

நோக்கினால் ஃப்யூஜியின் கூர்முனை வானைக்குத்தி கிழிப்பது போலவே தோன்றும். மேலேறிய பிறகும் கூட அந்த கூர்மையை உணர முடிகிறது என்பதுதான் அதன் சிறப்பு.

ஃப்யூஜியின் மேலேறிச்செல்ல ஒரு முழு நாளாகும். அதன் எரிமலை வாய்க்குழிக்குள் இறங்குவதற்கு மேலே முகாமிட வேண்டி இருக்கும்.செந்தில் சென்றிருக்கிறார். ஒருவர் பின் ஒருவராக செல்ல வேண்டிய இடுங்கிய வழிகள் உள்ளன என்று அவர் சொன்னார்.

கீழிறங்கி வந்து அங்கிருந்த உணவகத்தில் யாக்கு ஷோபா என்னும் வறுத்த நூடில்ஸூம் கொத்திய மாட்டிறைச்சியும் சாப்பிட்டேன். உணவகத்தை முழுக்க முழுக்க முதிய பெண்கள்தான் நடத்துகிறார்கள். அங்கிருந்த வெப்பக்காற்று ஊற்றின் அருகே நின்றபோது குளிர் எவ்வளவு இதமானது என்று புரிந்தது.

ஃப்யூஜியில் இருந்து திரும்பி வந்து கவாகுச்சிகோ (KawakuchiKo) என்னும் ஏரிக்கரைக்குச் சென்றோம். மலைகள் சூழ்ந்த பெரிய ஏரி பனியுருகி வரும் நீரால் நிறைந்திருந்தது. அங்கு படகு பயணத்துக்கான ஏற்பாடுகள் இருந்தன. நீரை நோக்கியபடி திறந்திருக்கும் உணவகங்கள். ஜப்பானின் ஓய்வுநிலையங்களில் ஒன்று அது. கச்சி கச்சி என்னும் மலை அருகே இருக்கிறது. கீழிருந்து கயிற்றுக் கூண்டுகளில் ஏறி மலை உச்சிக்குச் சென்றால் அங்கிருந்து ஃப்யூஜியைப் பார்ப்பதற்கான பார்வைப்பகுதிகள் உள்ளன.

அந்தப் பொழுதில் அங்கு சுற்றுலாப்பயணிகள் எக்களித்துக் கொண்டிருந்தார்கள். ஒருவர் 1980களில் ரஜினிகாந்த் எப்படி இருப்பாரோ அப்படி இருந்தார். பெல்பாட்டம் பாண்ட், வளைந்த காதுள்ள சட்டை, ப வடிவ மீசை. அரிதாக மலேசியர்களை அவ்வாறு பார்ப்பதுண்டு. அவர் மலேசியர் என்று எண்ணினேன். குடும்பத்துடன் வந்திருந்தார். தன் குடும்பத்தை எங்களிடம் புகைப்படம் எடுக்கும்படி சொன்னார். ஃப்யூஜியாமா எனும் மாபெரும் அட்டையைப் பிடித்தபடி அவர்கள் புகைப்படம் எடுத்துக்கொண்டார்கள். அறிமுகம் செய்துகொண்டபோது அவர் சென்னையில் இருப்பதாக சொன்னார். அவருடைய மகன் டோக்கியோவில் பணிபுரிகிறார். விருந்தினராக அங்கு வந்திருக்கிறார். சுற்றுலாவை மிக உற்சாகமாகக் கொண்டாடிக் கொண்டிருந்தார்.

உண்மையில் அவரைப்போன்ற சற்று விந்தையானவர்கள் உற்சாகமானவர்களும் கூட. அந்த மாறுபட்ட தன்மை அவர் தன் இளமையை தக்க வைத்துக்கொள்வதற்கான முயற்சி. எண்பதுகளில் ரஜினிகாந்த் போல தன்னை மாற்றிக்கொண்டவர் ரஜினிகாந்த் மாறிய பிறகும் அவ்வாறே நீடிக்கிறார்.

கவாகுச்சிகோ ஏரியில் மௌண்ட் ஃப்யூஜிதூயின் பிரதிபலிப்பு

அவருக்கு அறுபதை ஒட்டிய வயதிருக்கும் ஆனால் பேச்சும் கூச்சலும் குடும்பத்துடன் கொஞ்சலும் முப்பது வயதுக்குரியவருக்குரியவை. முற்றிலும் பிறரைப்போலவே இருப்பவர்கள், பொதுவாக தனித் தன்மையேதும் இல்லாதவர்கள், சலிப்பூட்டுவார்கள். அந்த மலை உச்சியில் அவ்வாறு ஒரு தமிழரை பார்த்தது உற்சாகமாக இருந்தது.

பார்வை மாடங்களிலிருந்து மீண்டும் மீண்டும் வெவ்வேறு கோணங்களில் ஃப்யூஜியைப் பார்த்துக்கொண்டிருந்தேன். அதன் அமைதி... பொன்னிற முகில்களால் சூழப்பட்ட அதன் தண்மை... அந்தி இருள்... அது துயர் கொள்வது போலிருந்தது. நோக்கிக் கொண்டிருக்கையிலேயே முகில்களின் வண்ணங்கள் மாற ஃப்யூஜியின் பனிபாளங்கள் செம்மை கொண்டன. உள்ளிருந்து எழும் வெப்பத்தால் பனியே அனலானது போல.

நான் பார்த்த அனைத்து எரிமலைகளும் ஆழ்ந்த அமைதியில் இருப்பதாகவே எனக்குத் தோன்றியது. ஓசை கொண்ட எரிமலை ஒன்றை இந்தோனேஷியாவில் பார்த்தேன். மொராப்பி எரிமலை நாங்கள் செல்வதற்கு இரண்டு ஆண்டுகளுக்கு முன்புதான் வெடித்திருந்தது. அதன் மேலேறிச் சென்றுகொண்டிருக்கையில் கேட்டுக்கொண்டிருந்த இடிமுழக்கம் எரிமலையின் வெடிப்புதான் என்பதை எரிமலை வாய்க்குள் நுழைந்த பின்னரே உணர்ந்தேன்.

அந்த எரிமலையின் வாய் மாபெரும் ஏரி அளவுக்கு பெரியது. உள்ளே சென்றால் வெவ்வேறு இடங்களில் குழம்புகள் கொதித்துக்கொண்டிருந்த வெண்துளைகள் வெடித்து கிளம்பி முகில் காளான்களாக மேலே சென்றன. ஓரிடத்தில் உள்ளிருந்து எழும் லாவாவில் நீரை செலுத்தி நீராவியை உருவாக்கி குழாய்களில் செலுத்தி மின்சாரம் எடுத்துக் கொண்டிருந்தார்கள். நாங்கள் சென்று வந்த சில மாதங்களிலேயே அவ்வெரிமலை முற்றிலும் வெடித்து வழிந்து அதன் சரிவுகளை நிரப்பிவிட்டதென்று கேள்விப்பட்டேன்.

நான் அன்று நோக்கியபோது அதன் சரிவுகளில் பல்லாயிரக்கணக்கான லாரிகள் கொண்டு கொட்டியது போலிருந்த ஜல்லிக்கற்கள் எரிமலை வெடிப்பில் உடைந்து வழிந்தவை என்று அப்போது எண்ணக் கடினமாக இருந்தது. எரிமலையின் ஜல்லிப்பெருக்கு கல்வடிவு கொண்டுவிட்ட தண்ணீர் போலவே தோன்றும். அவற்றின் வழிவும் வளைவும் நீருக்குரியவை.

எரிமலைகளின் அமைதி ஒருவகையான அமைதியின்மையை நமக்குள் உருவாக்குகிறது. நோக்க நோக்க அந்த உள அசைவு ஓய்ந்து அமைதியைச் சென்றடையும். எரிமலைகள் தியானத்துக்குரியவை என்று ஏன் கருதப்பட்டன? ஏன் தெய்வங்களாக வழிபடப்பட்டன? அதை அப்போது உணரலாம்.

கயிற்று வண்டியில் கீழிறங்கி வந்து ஓர் உணவகத்துக்காக தேடினோம். ஓர் இந்திய உணவகம் இருந்தது. ஆனால் பத்து பேர் கூட உள்ளே அமர்ந்து உணவு உண்ண முடியாது. பஞ்சாபியர்கள் என்று தோன்றியது. ஆனால் ஜப்பானில் பல இடங்களில் இந்திய உணவகங்கள் நடத்துவது பாகிஸ்தானியர்கள் என்று செந்தில் சொன்னார். பிரியாணியோ கோழிக்கறியோ எதுவானாலும் குளிர்பெட்டிக் குள்ளிருந்து எடுத்து சூடுபடுத்தித்தான் தருவார்கள்.

ஒரு ஜப்பானிய உணவகத்துக்குள் நுழைந்து ஜப்பானிய உணவையே உண்டோம். வீடு திரும்பும்போது இரவாகிவிட்டிருந்தது. திரும்பி வரும் வழியில் வெவ்வேறுகோணங்களில் ஃப்யூஜியைப் பார்த்துக் கொண்டே இருந்தேன். மெல்ல அது கரைந்து வானில் மறைந்தது. இமையமலைகளைப் பார்க்கையில் அவை கரைந்தழிந்த பின் மங்கலான ஒளியுடன் வானம் எஞ்சியிருக்கும். அந்த பனிப்புகைக்கு அப்பால் மாபெரும் மலையடுக்குகள் உள்ளன என்னும் எண்ணம் வினோதமான கிளர்ச்சியை அளிப்பது. மலைகள் மிகத் திறமையாக ஒளிந்துகொள்ளத் தெரிந்தவை.

- 9 -

டோக்கியோ உலகின் மக்கள் தொகை மிகுந்த நகரங்களில் ஒன்று. ஏறத்தாழ ஒரு கோடிப்பேர் வாழ்கிறார்கள். நகரின் மையப்பகுதிகள், உச்சிப்பொழுதுகளில் மிகமிக நெரிசலானவை. ஆனால் குடியிருப்புப் பகுதிகளில் பூங்காக்கள், நீண்ட கால்நடை பாதைகள் அமைக்கப் பட்டுள்ளன. பல இடங்களில் விரிந்த திறந்த வெளி பேணப்படுகிறது. நகரின் 36 சதவீதம் இயற்கைக்காடாகப் பேணப்படுகிறது என்கிறது ஆவணக்குறிப்பு.

நான் இதுவரைக்கும் சென்ற உலக நகரங்கள் அனைத்துமே திறந்த வெளிகளை மிகப் பெரிய செல்வமாக கருதுகின்றன. மக்கள் நெரிசலாக வாழும் நகரங்களில் திறந்த வெளிகள் இல்லையேல் அது மாபெரும் சிறைக்கூடமாக மாறிவிடும். ஒரு நகரம் மட்டுமே நாடாக அமைந்த சிங்கப்பூரில்கூட பூங்காக்கள், கடலோரங்கள், மைதானங் கள், சதுக்கங்கள் என்று மிகப் பெரிய அளவில் திறந்த வெளிகள் பேணப்படுகின்றன.

இந்திய நகரங்கள் பெங்களூர் தவிர எங்குமே திறந்த வெளிகள் பேணப்படுவதில்லை. அதைப்பற்றி அக்கறையும் இங்குள்ள ஆட்சியாளர்களிடம் இல்லை. வெள்ளையர் ஆட்சிக்காலத்தில் இருந்த திறந்தவெளிகள்கூடக் கட்டடங்களால் வெவ்வேறு வகையான நினைவங்களால் மூடப்படுவதை இன்று காணலாம். சென்னையின் ஒரே திறந்தவெளி என்பது கடற்கரை. ஆனால் சென்னையின் மிக நெரிசலான பகுதி அதுவே. கடைகளும் நினைவகங்களும். இன்னும் சில காலங்களில் சென்னை கடற்கரை என்பது சமாதிகள் மட்டுமே இருக்கும் இடமாக மாறிவிடும் என்று தோன்றுகிறது.

செந்திலின் இல்லம் அமைந்துள்ள நிசிகசாய் பகுதியில் இருந்து காலையில் அங்குள்ள ரிங்காய் கோஹென் (Rinkai Koen Park) பகுதிக்கு

செந்திலுடன் நதிக்கரையோரமாக ஒரு நீண்ட நடை சென்றேன். ஒரு நகரின் இனிமை என்பதே கட்டுமானங்கள் அல்ல, அதை இனிதாக்கும் பொழுதுகளை அளிக்கும் இத்தகைய இடங்கள்தான். பக்கவாட்டில் சாலையில் வண்டிகள் சென்றுகொண்டிருந்தன. சரிவில் மலர்கள். மறுபக்கம் நீலநீர் நிறைந்த நதியில் படகுகள் சென்றன.

நகரக் கட்டமைப்பில் மிகவும் அக்கறை எடுத்துக்கொள்ள வேண்டிய இன்னொன்று பெரிய அமைப்புகளை வண்ணங்களாலும் வடிவங்களாலும் கண்ணை உறுத்த முடியாதபடி அமைப்பது. நாங்கள் சென்ற பகுதி தொடர்ந்து மேம்பாலங்களும் ரயில் பாலங்களும் அமைந்த இடம். ஆனால், இந்த மேம்பாலங்கள் அனைத்துமே ஜப்பானிய கட்டடக் கலைச்சாயலில் அடியில் உத்தரங்கள் போன்ற அமைப்புகளுடன் மிதமான வண்ணங்களும் அழகிய வளைவு களுடனும் அமைந்தவை. சென்ற ஆண்டு துபாய் சென்றபோதும் மேம்பாலம் அழகாக இருக்கமுடியும் என எண்ணிக்கொண்டேன்.

என் இல்லத்தின் அருகில் மேம்பாலங்கள் கட்டப்பட்டுள்ளன. அவை பொறியியல் அமைப்பில் சிறந்தவையாகக் கூட இருக்கலாம். ஆனால் நோக்கிய கணமே அரக்கர்களை பார்க்கும் ஒவ்வாமையை கண்களுக்கு உருவாக்குகின்றன. சென்னை அரக்கர்கூட்டங்களால் கால்கீழ் இட்டு மிதிக்கப்பட்டுள்ளது. நம் வீட்டருகே இருக்கும் இத்தகைய ஒவ்வாத உருவங்களை காலப்போக்கில் நாம் நோக்காமல் இருக்க உளம் பழகுகிறோம். ஆனால் நம் ஆழ்மனத்தை அவை எவ்வகையிலோ பாதிக்கத்தான் செய்கின்றன. நம் உணர்வுகளையும் கனவுகளையும் அவை சிதைக்கின்றன.

டோக்கியோவின் அந்த காலைநேர நடை நீண்ட நாட்களுக்கு பிறகு ஒரு நகரத்தை இனிதாக முழுதுணர்ந்த அனுபவமாக இருந்தது. செந்திலின் மகள் வழியெங்கும் பூக்களைப் பறித்துக்கொண்டு வந்தாள். அவர் மகன் சறுக்குக்கட்டையில் சறுக்கியபடி வந்தான். கால் ஓய்ந்த பின் அருண்மொழி ஓர் இடத்தில் அமர்ந்துவிட்டாள். நாங்கள் நதி கடலை சென்று சேரும் இடம் வரைக்கும் சென்று அங்கிருந்த பூங்காவில் சற்று நேரம் அமர்ந்துவிட்டுத் திரும்பி வந்தோம்.

காலைப்பொழுதில் ஆங்காங்கே பீர்கோப்பைகளுடன் அமர்ந்திருந்த சிலரைப் பார்த்தோம். பெருநகரங்களில் தனிமை என்பது ஒரு தத்துவப் பிரச்னை. ஐரோப்பிய நகர்களிலும் நீர்க்கரைகளில் பாலங்களின் அடியில் பீர்துணையுடன் அமர்ந்திருப்பவர்களைப் பார்த்திருக் கிறேன். ஐரோப்பாவிலும் அமெரிக்காவிலும் வீடிலிகள் மிகுதி. ஜப்பானில் அவர்கள் மிகக்குறைவு. தனிமைக்கு மது துணை. இரண்டும் ஒன்றையொன்று பெருக்குகின்றன.

ஒளிரும் நீரலைகள் நிறைந்த நதியில் காலையில் படகுகள் சென்று கொண்டிருந்தன. வெவ்வேறு நதிகள் நினைவில் எழுந்து எண்ணங் களை ஒளி பெறச்செய்தன. மாண்ட்ரியல் நகரில் நான் நடேசனுடன் இவ்வாறு காலை நடை செல்கையில் நதியில் இளைஞர்கள் மென்படகை ஓட்டி விளையாடிக்கொண்டிருந்தது நினைவுக்கு வந்தது. தேம்ஸ், சிக்காகோ நதி என வெவ்வேறு நதிகள். நான் நீர்க்கரையில் பிறந்து வளர்ந்தவன், என் நினைவுகளில் பெருகிச்செல்லும் வள்ளியாறும் தென் தாமிரவருணியும் எப்போதும் உள்ளன.

தமிழகத்தில் இன்று நீர் நிறைந்தோடும் நதிகளையே பார்க்க முடியாமல் ஆகிவிட்டது. நதியென்றால் சாக்கடை வழிந்தோடும் தடம். நகரத்தை ஒட்டியிருக்கும் புதர் மண்டி குப்பைகள் செறிந்த பகுதி. சென்று அமர்ந்து மகிழும்படி ஒரு நதிக்கரையேனும் இன்று தமிழகத்தில் இல்லை. ஒரு காலத்தில் நதி நமது வாழ்க்கையின் ஒரு பகுதியாக இருந்தது. பதினெட்டாம் பெருக்கு ஒரு விழாவாகவே கொண்டாடப்பட்டது. நதிக்கரை மணலில் சென்றமர்ந்து சித்திரான்னங்களை உண்பதென்பது தொல் தமிழர் வழக்கம்.

சில ஆண்டுகளுக்கு முன் மணிரத்னத்துடன் காவிரிக்கரையோரமாக ஒரு பயணத்தை மேற்கொண்டபோது தஞ்சையின் மாபெரும் குப்பை மலைகள் அனைத்தும் காவிரியின் கரைகளில் அமைந்திருப்பதைப் பார்த்தோம். காவிரியைப் பார்ப்பதென்பது அக்குப்பை மலை களினூடாகப் பயணம் செய்வது. தெய்வத்துக்கு நிகரென வணங்கப் பட்ட ஒரு நதி வெறும் ஒரு தலைமுறைக்குள் குப்பைகள் போடும் ஒரு இடமாக எப்படி மாறியது? அதன் மேலிருந்த அனைத்து நல்லுணர்வுகளும் எப்படி வடிந்து இல்லாமல் ஆகின?

தமிழகம் முழுக்க நீர்நிலைகளில் குப்பைகளைக் கொண்டு சேர்ப்ப தென்பது ஒரு பொதுவழக்கமாக மாறியிருக்கிறது. ஏரிகள், குளங்கள் அனைத்துமே குப்பை நிறைந்து கிடக்கின்றன. ஆசாரக்கோவையில் நீரில் குப்பைகளை போடுவதென்பது நரகத்துக்குரியது என்று சொல்லப்பட்டுள்ளது. ஜானகிராமனின் நாவல்களைப் படித்தால் காவிரியில் மலம் கழுவுவதில்லை என்ற செய்தி தெரியவருகிறது. காவிரியில் நீரள்ளிச் சென்று அருகிலிருக்கும் தோட்டங்களுக்குள் மலம் கழுவுவதற்கான தோண்டிகள் காவிரிக்குள் கிடந்தன என்று அவர் சொல்கிறார்.

நான் சாரதா நகரில் குடி வந்தபோது எனது வீட்டருகே சென்று கொண்டிருந்த பேச்சிப்பாறை கால்வாய் தெளிந்த நீரோடும் அழகிய ஒழுக்காக இருந்தது. வீடுகள் பெருகப் பெருக அரசாங்கமே மொத்தச் சாக்கடையும் அங்கு கொண்டு கலந்துவிடுகிறது. இன்று விழியோட்டி

நோக்கமுடியாத அளவுக்கு கன்னங்கரிய நீரோடும் சாக்கடை அது. அந்த நீரில்தான் பார்வதிபுரத்திலிருந்து அந்த ஓடை சென்று சேரும் வரைக்கும் பல்லாயிரம் பேர் நீராடுகிறார்கள் என்பது பரிதாபத்துக் குரிய உண்மை.நல்ல நீரை அரசே சாக்கடையாக மாற்றும் செயலை வேறெந்த தேசத்திலாவது செய்வார்களா என்று தெரியவில்லை. ஒவ்வொரு முறை இந்தியாவை விட்டு வெளியே வரும்போதும் இந்தியாவின் மாபெரும் சிக்கலே அக்கறையின்மையும் பொறுப் பின்மையும்தான் என்று தோன்றுகிறது.

நீண்ட நடை முடிந்து வந்து ஒரு ஜப்பானிய உணவகத்தில் சாப்பிட்டோம். இதற்குள் ஜப்பானிய உணவுக்கு மிகவும் பழகி விட்டிருந்தேன். உண்மையில் இந்திய உணவை விடவும் கூட ஜப்பானிய உணவு குடலுக்கும் மூச்சுக்கும் உகந்ததாக இருந்தது.

அன்று மாலை செந்தில் அருகிலிருக்கும் சமூகக்கூடத்தில் ஒரு உரைக்கு ஏற்பாடு செய்திருந்தார். எந்த இலக்கிய அமைப்பும் சார்ந்த விழா அல்ல. அவரே தனிப்பட்ட முறையில் ஏற்பாடு செய்தது. தனிப்பட்ட அழைப்புகள் மட்டுமே விடுக்கப்பட்டிருந்தது. எனது தளத்திலும் அறிவிப்புகள் வெளியிடவில்லை. இருபது வரைக்கும் வரக்கூடும்; இலக்கிய வாசகர்கள் அல்லாதவர் வரவேண்டியதில்லை என்றே கருதுவதாகச் சொன்னார். ஆனால் எதிர்பாராமல் சுமார் ஐம்பது பேர் வந்திருந்தார்கள். ஐம்பது பேருமே எனது ஒரு படைப்பையாவது படித்தவர்களாக இருந்தார்கள் என்பதும் பலர் விஷ்ணுபுரம் உட்பட பல முக்கியமான நூல்களை படித்திருந்தார்கள் என்பது ஜப்பானில் ஒரு வியப்புக்குரிய செய்தியாகவே தோன்றியது.

அறிமுக உரைக்குப் பின்னர் நான் உரையாற்றினேன். மௌண்ட் சாஸ்தாவிலிருந்து கைலாசத்தின் வழியாக ஃப்யூஜி வரை வரும் ஒரு உரைத்தொடக்கம். ஃப்யூஜியமா போன்று எந்த நடைமுறைப்பயனும் இல்லாத ஒன்றை ஒரு பண்பாடு ஏன் தன் தலையில் மணிமுடியாக சூடியிருக்கிறது? பயன்பாட்டுக்கு அப்பால் குறியீடென்று அமையும் சில உண்டு. ஒரு பண்பாட்டுக்குப் பெருமிதத்தை அடையாளத்தை அளிப்பவை, வழிகாட்டியாக திகழ்பவை அவை. ஃப்யூஜி அத்தகைய ஒன்று. கைலாச மலைமுடி அத்தகைய ஒன்று. அதேபோல பெரும் காவியங்கள் அந்த மலை முடிகளைப்போல.

இலக்கியம் என்பதன் நடைமுறை பயன் என்ன என்பது எப்போதும் எழுந்துகொண்டே இருக்கிறது. நடைமுறை பயனுக்கு நேர் எதிரான ஒரு செயல்பாடு என்றே இலக்கியத்தை வரையறுக்கலாம். நடைமுறைக்கு அப்பால் செல்லும் சில வாழ்க்கையில் உண்டு. வாழ்வை அர்த்தப் படுபவை அவை. இலக்கியம் அதில் ஒன்று.

உரைக்குப் பின் கேள்வி பதில்களை நான் பொதுவாக ஒத்துக்கொள்வதில்லை. உரையின் ஒட்டு மொத்தக் கருத்தை மிக அப்படியே தள்ளிச் சென்றுவிடுவார்கள். ஆனால் அங்கு ஓர் உரையாடலை நிகழ்த்தியாக வேண்டியிருந்தது. பொதுவாக கேட்கப்பட்ட அனைத்துக்கும் முடிந்த வரை விரிவாகவே பதில் சொன்னேன். அதன் பிறகு அருகிருந்த இந்திய உணவகத்துக்கு சென்று உணவருந்தினோம். அங்கிருந்து இரவு எழுந்த பின்னரே வீடு திரும்பினோம்.

அன்று மாலை வெவ்வேறு நண்பர்களுடன் பேசிக் கொண்டிருக்கையில் ஜப்பானியத் தமிழ்ச்சமூகம் பற்றி ஒரு சித்திரம் கிடைத்தது. அது உலகமெங்கும் உள்ள புலம்பெயர்ந்த தமிழ்ச்சமூகத்தில் இருந்து எவ்வகையிலும் வேறுபட்டது அல்ல. சென்ற இடத்தில் தொழில் செய்து பணமீட்டுகிறார்கள். தொழில்நுட்பத்துறையில் பணியாற்றுகிறார்கள். ஆனால் இரண்டு வகையில் மூடுண்ட சமூகம்.

ஒன்று அவர்களுக்கும் ஜப்பானியப் பண்பாட்டுக்கும் எந்தத் தொடர்பும் இல்லை. ஜப்பானிய இலக்கியம், கலை, சிந்தனை எதையும் அவர்கள் அறிவதில்லை, தமிழுக்குக் கொண்டுவருவதுமில்லை. இத்தனை பெரிய தமிழ்ச்சமூகம் ஜப்பானில் இருந்தும் அவர்களால் ஜப்பான் பற்றி ஒரு வரிகூட எழுதப்பட்டதில்லை. ஒரு நூல்கூட மொழியாக்கம் செய்யப்பட்டதில்லை.

இரண்டு, அவர்களுக்கும் தமிழ்ப்பண்பாட்டின் உயர்நிலைகளுக்கும் எத்தொடர்பும் இல்லை. அவர்கள் கல்வி கற்ற சமூகம் அல்ல, தொழிற்பயிற்சி பெற்ற சமூகம் அவ்வளவே. நவீனத் தமிழிலக்கியம், வரலாற்றாய்வு, பண்பாட்டுச்செயல்பாடுகள் பற்றி அவர்களுக்கு ஒன்றும் தெரியாது. தெரிந்ததெல்லாம் தமிழின் வணிக சினிமா, பொழுதுபோக்கு இலக்கியம், மேலோட்டமான பக்திச்சடங்குகள் சார்ந்த மதம்- அவ்வளவுதான்.

பேசிக்கொண்டிருக்கையில் ஒரு நண்பர் ஒரு நிகழ்ச்சியைச் சொன்னார். ஒருமுறை தமிழ்த் தொலைக்காட்சியில் வேடிக்கை நிகழ்ச்சிகள் செய்யும் சிலரை அங்கே அழைத்திருக்கிறார்கள். அவர்கள் மேடைநிகழ்ச்சியில் விருந்தினராக வந்த ஒரு ஜப்பானியப் பெண்ணை மேடைக்கு அழைத்திருக்கிறார்கள். அவர் வணங்கியபடி வரும்போது நகைசுவையாளர் ஒரு ஜப்பானிய மரியாதைச்சொல்லை திரித்து 'குனிஞ்சுவாம்மா! குனிஞ்சுவாம்மா' என்று ஆபாசக்குறிப்புடன் சொல்ல மொத்த அரங்கே சிரித்திருக்கிறது. அந்த ஜப்பானியப் பெண்களுக்கு அது புரியவில்லை. ஜப்பானிய மரியாதைச்சொல் திரிபுடன் சொல்லப்படுகின்றது என்றே தோன்றியிருக்கிறது.

இதிலுள்ள பண்பாடின்மை அங்கிருந்த தமிழ்க்குடிகளில் ஆண் பெண் உட்பட எவருக்குமே புரியவில்லை, பின்னர் சொன்னபோதுகூட 'அதிலென்ன வேடிக்கைதானே?' என்பதே பதிலாக இருந்தது என்றார். அவர்கள் நம் விருந்தினர், இதேபோல அவர்கள் நம்மை நடத்தினால் எப்படி எடுத்துக்கொள்வோம் என்று சொன்னாலும் அதை எவரும் உணரவில்லை என்றார்.

ஜப்பானை பிரிட்டன் எனக் கருதவைக்கும் அம்சம் ஒன்றை அன்றிரவு கண்டுகொண்டேன் இத்தகைய பயணங்களுக்குப் பின்னர் துயில்கையில் வரும் கனவுகள் மிக முக்கியமானவை. அவை அந்நாடு பற்றி நம் ஆழுள்ளம் என்ன நினைக்கிறது என்பதற்கான சான்றுகள்.

ஜப்பான் நீர்ப்பரப்பாகவே எனக்கு நினைவுக்கு வந்தது. கடல்சூழ்ந்த நிலம். மழை பெருகிப் பொழியும் நிலமும் கூட. எங்கும் கண்கூசச் செய்யும் பசுமை. பசுமையின் இருளைஜப்பானின் தோட்டங்களெங்கும் காணலாம். மழைக்கு முந்தைய வெளிச்சம்தான் எப்போதும் என்று தோன்றியது.

நீர் மலிந்திருந்தாலும் நீரைப் பாதுகாப்பதில் மிகுந்த அக்கறை காட்டப்படும் நாடு. மலினமடைந்த நீரை எங்குமே பார்க்க முடியவில்லை. ஐரோப்பாவில்கூட, ஏன் சுவிட்சர்லாந்திலேயே கூட, மலின நீர்நிலைகளைக் கண்டேன். குறிப்பாக பெரிய எண்ணெய் படகுகள் செல்லும் ஆறுகள். ஜப்பானின் எல்லா நீர்நிலைகளும் நீலப்பளிங்கெனத் தெரிகின்றன. ஆற்றங்கரைகள் எல்லாமே தூய்மையாகப் பேணப்படுகின்றன.

ஜப்பானின் அடையாளம் முகில்கள். ஜப்பானிய வானை முகில்களில்லாமல் எங்கும் பார்க்க இயலவில்லை, நாங்கள் சென்றது கோடைகாலத் தொடக்கம். ஜப்பான் கிழக்குநிலம், இந்திரனின் நிலம். முகில்களின் மண். ஜப்பானிய ஓவியங்களில் முகில்களின் வண்ணத்தோற்றங்கள், வடிவத்தோற்றங்கள் ஏராளமாக உள்ளன. முகில்களை வரைய ஜப்பான் தனக்கென்றே வழிகளைக்கொண்டிருக் கிறது. ஜப்பானிய முகிலோவியங்கள் அவர்களின் தனித்தன்மையான பண்பாட்டு அடையாளங்கள்.

கோபயாஷி அவருடைய சினிமா ஒன்றில் வானத்தை முகில் ஓவியங் களால் 'செட்' போட்டு அமைத்திருந்தார். காட்சிகளின் இயல்புக்கு ஏற்ப முகில்கள் மாறிக்கொண்டே இருந்தன. அது ஏன் என்று இங்கே வந்தபின் தெரிந்தது. ஜப்பானியக் கவிதைகளில் வரும் முகில் சித்திரங்களை எண்ணிக்கொண்டேன்.

ஜப்பானியப் பெரும் கவிஞர் பாஷோ:

Clouds –
a chance to dodge
moonviewing

என ஒரு கவிதை எழுதியிருக்கிறார்.

நிலவை நோக்குவதைத் தவிர்க்க
ஒரு நல்ல காரணம் / வாய்ப்பு
முகில்கள்.

எளிய ஒற்றை வரி. ஆனால் ஜென் உட்குறிப்பு ஆழமானது. நிலவு என்றால் மெய்ஞானம். ஜென் மரபில் முழுநிலவு எழுவது என்பது சித்தத்தைப் பிறழச்செய்யும் ஒருமையுணர்வை அடைவது. அதைத் தவிர்க்க, இவ்வுலக இன்பங்களிலும் அழகுகளிலும் நீடிக்க, முகில்கள் ஒரு சிறந்த வழி. முகில்களை உலகியலாக உருவகிக்கிறார் போலும். ஆனால் அந்த முகில்கள்கூட நிலவொளியால்தான் அந்த அழகை அடைந்திருக்கின்றன.

- 10 -

குரு நித்யா மறைந்தபோது ஊட்டி நாராயணகுருகுலத்தில் அவருடைய சமாதியிடம் ஜப்பானிய முறைப்படி அமைக்கப்பட்டது. குருவின் ஜப்பானிய மாணவியான மியாகோ அதை அமைக்க முயற்சி எடுத்துக்கொண்டார். அதைச்சுற்றி குருவின் விருப்பப்படி ஒரு ஜப்பானியத் தோட்டமும் அமைக்கப்பட்டது. பத்தாண்டுகளுக்குப் பின் தொடர்ச்சியான பராமரிப்பின்மையால் அது அழிந்தது.

அந்த ஜப்பானியத் தோட்டம் உருவாக்கப்படுகையில் நான் உடனிருந்தேன். ஜப்பானியத் தோட்டக்கலை என்றால் என்ன என்பதை அணுகி அறிந்தேன். ஜப்பானியத் தோட்டக்கலையின் நெறிகள் மூன்று.

ஒன்று: மிகக் குறுகலான இடத்துக்குள் அது அமைக்கப்படுகிறது. இருநூறு சதுர அடி நிலத்தில்கூட ஒரு ஜப்பானியத் தோட்டத்தை உருவாக்கிவிடமுடியும்.

இரண்டு: தோட்டம் என்றால் செடிகள் மரங்கள் மட்டும் அல்ல. இயற்கையின் எல்லா அழகுகளும் இணைந்ததே ஜப்பானியத் தோட்டம். ஆகவே கற்கள், பாறைகள் ஆகியவையும் அழகுற அமைக்கப்படுகின்றன. ஓடைகள் உருவாக்கப்படுகின்றன. பல நேரம் மிக மிகச் சிறிய ஓடைகள். பாறைகளில் பூசணங்கள் பாசிகள் வளர்க்கப் படுகின்றன. களைகளும்கூடப் பேணப்படுகின்றன.

மூன்று: தோட்டம் என்பது கட்டின்றி வளர்வது அல்ல. ஒவ்வொரு நாளும் ஒவ்வொரு கணமும் பேணி பாதுகாக்கப்படுவது. ஜப்பானியத் தோட்டம் என்பது முழுக்க முழுக்க மானுடக்கைகளால் ஆளப்படுவது. களைகள் கூடச் செதுக்கப்பட்டு மானுடனால் ஓர் ஒத்திசைவு உருவாக்கப்படுகிறது.

ஜப்பானியர் தோட்டங்களைப் பராமரிப்பதை ஒரு தொல்கலையாகவே பயின்றிருக்கிறார்கள். நமக்கும் அரசரகளின் அரண்மனைளை ஒட்டி அணித்தோட்டம் 'சுந்தரவனம்', மகிழ்த்தோட்டம், 'நந்தவனம்' இருந்திருக்கிறது. ஆனால் ஒரு கலையாக அது வளரவில்லை. அதைப்பற்றிய பழங்காலக் குறிப்புகள் இல்லை. பூந்தோட்டங்கள் வர்ணிக்கப்படுகின்றன, ஆனால் தனிப்பெயர் கொண்ட பூந்தோட்டங்கள் குறிப்பிடப்படவில்லை. ஜப்பானில் தோட்டக்கலை ஜென் பௌத்தத்தால் ஒருவகை ஆன்மிகப் பயிற்சியாகவே வளர்க்கப் பட்டது. பல தோட்டங்கள் நீண்ட வரலாறுகொண்டவை

நான் டோக்கியோ உட்பட எங்கும் சிறிய தோட்டங்களைப் பார்த்துக் கொண்டே இருந்தேன். அடுக்குமாடிகளின் உப்பரிகைகளிலேயே கூட சிறிய தோட்டங்களைக் காணமுடிந்தது. ஜென் ஆலயங்களை ஒட்டி இருக்கும் அணித்தோட்டங்களில் ஒற்றை நோக்கிலேயே அவற்றைப் பேணுபவரின் உள்ளம் தெரிந்தது. அங்கே தோட்டம் என்பது தோட்டக்காரரின் தொழில் அல்ல. அது ஒரு கலைப்படைப்பு. அதற்குப்பின் ஒரு கலைஞன் இருக்கிறான். இல்லத்தோட்டங்கள் பெரும்பாலும் பெண்களால் பேணப்படுகின்றன. பேணுபவர் தோட்டத்தில் நிகழ்த்துவது தன் அகத்தை. அகம் பூக்கிறது, தளிர் விடுகிறது, ஒளிகொள்கிறது.

மே 15 ஆம் தேதி செந்திலின் நண்பர் ரகுபதி அவர்களுடன், அஷிகாகா (Ashikaga) என்னும் பூங்காவுக்குச் சென்றோம். நான் சென்ற நாடுகளி லெல்லாம் பூந்தோட்டங்களுக்குச் சென்றிருக்கிறேன். அமெரிக்கத் தோட்டங்களை அணிக்காடுகள் என்றே சொல்லவேண்டும். அஷிகாகாதோட்டம் மானுடக்கைகளால் பேணப்பட்ட மலர்வெளி. வண்ண வண்ண மலர்கள்.

ஜப்பானியர்களுக்கு மலர்கள்மேல் பித்து மிகுதி. கூட்டம்கூட்டமாக மலர்களை வாங்கிச் சென்றுகொண்டிருந்தார்கள். 23 ஏக்கர் பரப்பளவு கொண்ட மலர்த்தோட்டம் இது. இதன் மையமான மலர்மரம் விஸ்டீரியா (Wisteria) எனப்படுகிறது. இதற்கு ஃப்யூஜி என்றும் பெயர் உண்டு. எரிமலையின் பெயர். எரிமலை ஒரு மாபெரும் மலர் மரமா என்ன? ஆனால் விஸ்டீரியா ஒருவகை எரிஎழுகை போலவே மலர்கொண்டிருந்தது.

இந்த தோட்டத்தில் 350 விஸ்டீரியா மரங்கள் உள்ளன. அவற்றில் மிகப் பெரியது 140 ஆண்டுகள் அகவை கொண்ட மாபெரும் விஸ்டீரியா. அதை ஒரு மலர்குடை எனலாம். அந்த மரமே ஒரு பெரிய மலர். இன்னொரு இடத்திலிருந்து இங்கே பெயர்த்துக் கொண்டுவந்து நடப்பட்டது. ஒரு பாட்டி. ஆனால் இன்னமும் மலர்ந்துகொண்டிருக்கிறார்.

அஷிகாகா பூங்கா

அஷிகாகா பூங்காவில் 140 ஆண்டுகள் அகவை கொண்ட
மாபெரும் 'விஸ்டீரியா' மலர்மரம்

மரங்களில் தொங்கும் தோரணங்கள் போல மலர்கள். மலர்க்கூடாரம். மலர்க்குகை. 87 அடி நீளமான மலர்ப்பாதை மிக விந்தையான அனுபவம். ஒரு கருவறைப் பயணம். ஒரு ஆழுள்ளப் பயணம். மலர்கள் கந்தர்வர்களுக்குரியவை என்பது நம் மரபு. மலர்களால் ஆன இல்லம் அவர்களுடையது. கந்தர்வர்களாக உணரும் ஒரு நடை.

வெவ்வேறு மலர்கள். குருதிச்செம்மை முதல் இளம்பச்சை வரை. நீலம் முதல் செங்கருமை வரை. நித்யா ஓர் உரையில் சொன்னார்: ஓவியத்தில் சில வண்ணங்கள் சில வண்ணங்களுடன் இசைவே கொள்ளாது. ஆனால் எல்லா வண்ணங்களும் எல்லா வண்ணங்களுடன் இசைவதை நாம் மலர்களில் காணலாம். மலர்கள் அவ்வாறு வண்ண இசைவுவை அடைவதற்கு ஏதாவது ஒன்றைச் செய்திருக்கும். நடுவே இன்னொரு வண்ணத் தீற்றல் இருக்கும். வடிவ வேறுபாடு இருக்கும்.

உதாரணமாக, செவ்வெண்ணிறமான இதழ்கள் நடுவே ஊதா நிறம் அமைந்தால் கண்ணுக்கு உறுத்தும். ஆனால் ஊமத்தையில் அந்த ஊதாவண்ணம் நடுக்குழியாக அமைந்திருக்கும். ஆகவே அழகாகத் தெரியும். மலர்களில் இருந்தே நாம் வண்ணங்களை ரசிக்கக் கற்றோம். ஆனால் பல மலர்கள் 'கூச்சலிடும்' வண்ணங்கள் கொண்டவை. அவை மலர்களில் மட்டுமே அழகானவை.

அங்கே பொன்சாய் மரங்களைப் பார்த்தேன். முந்நூறாண்டுகள் பழைய பொன்சாய் மரங்களைக்கூட. பொன்சாய் மரங்கள் முதலில் ஒரு திகைப்பை அளிக்கின்றன. பின்னர் ஒவ்வாமையை. இயற்கையை குறுக்கிவிட்டதான ஒரு கசப்பை. குறிப்பாக ஆலமரம். நாம் திமிறி வேரும் கிளையும் கொண்டு எழும் ஆலமரங்களையே கண்டிருக்கிறோம். அதே திமிறலும் மீறலும் ஒரு சிறுவடிவில் நிகழ்கையில் கடவுளைக் கேலிசெய்வதுபோலப்படுகிறது.

ஆனால் எங்கும் எவ்வகையிலும் தன்னை நிகழ்த்தும் இயற்கை என அதைக் கொள்ளலாம். நான் மலைப்பாறை உச்சியின் கைப்பிடி மண்ணில் உடல்குறுக்கி வளர்ந்து சிற்றுருவாக நின்றிருக்கும் மரங்களைக் கண்டிருக்கிறேன். இயற்கையான பொன்சாய். மரத்துக்குச் சூழல் என்பது ஓர் அறைகூவல், ஒரு வாய்ப்பு மட்டுமே.

அங்கிருந்து அஷிகாகா காக்கோ (Ashikaga Gakko) என்னும் பழைமையான பள்ளிக்குச் சென்றோம். அஷிகாகா என்பது ஜப்பானின் தொன்மையான சாமுராய் குலம். முரமாச்சி ஷோகனேட் என்றும் அது கூறப்படுகிறது. மினமாட்டொ குலத்தின் ஒரு கிளை இது. நெடுங்காலம் இப்பகுதியில் அது ஆட்சி செலுத்தியிருக்கிறது. அக்குலத்துக்கான பயிற்சிநிலையம் இப்பள்ளி.

ஜப்பானின் தொன்மையான கல்விக்கூடம் இது எனச் சொல்லப் படுகிறது. ஜப்பானியப் போர்க்கலை என்பது வெறும் படைக்கலப் பயிற்சி அல்ல. அது மிக மிக விரிவான ஆளுமைப்பயிற்சி. கிபி ஒன்பதாம் நூற்றாண்டில் இது கட்டப்பட்டது. கிபி 1432ல் ஷோகன் உசுவேகி நோரிசான் (Uesugi Norizane) இதைப் புதுப்பித்தார். அவர் ஏராளமான சீன கலைபொருட்களை இங்கே கொண்டுவந்தார். அவை இப்போதும் இப்பள்ளியில் பேணப்படுகின்றன. 1535-ம் ஆண்டைச் சேர்ந்த உருவேகி நோரிசானின் சிலை ஒன்று இங்கே உள்ளது. பளிங்குக் கண்கள் கொண்டது.

இந்தப் பள்ளியில் கன்ஃபூஷியஸின் சிலை ஒன்று உள்ளது. சீனாவிலிருந்து உசுவேகி நாரிசான் கன்ஃபூஷிய சிந்தனையைக் கொண்டுவந்திருக்கலாம். கன்ஃபூஷிய சிந்தனையின் அடித்தளத்தை 'ஒத்திசைவு' என்ற ஒற்றைச் சொல்லால் சுட்டலாம். இயற்கையுடன் ஒத்திசைவது, சமூகத்துடன் ஒத்திசைவது, அரசுடன் ஒத்திசைவது, பிற மானுடருடன் ஒத்திசைவது, இறந்த காலத்துடன் ஒத்திசைவது. அதற்கான நெறிமுறைகளே ஒருவகையில் கன்ஃபூஷியஸால் கற்பிக்கப்பட்டன.

ஜப்பானிய ஜென் சிந்தனையின் அடியில் கன்ஃபூஷியனிஸம் உள்ளது என்று தோன்றுகிறது. இன்றும் ஜப்பானை ஒரு வெற்றிபெற்ற நாடாக நிலைநிறுத்துவது கன்ஃபூஷியனிஸத்தின் அடித்தளமே. ஜப்பானில் அமைப்புகள் எல்லாமே வெற்றிகரமானவை. ஊழியர்கள் அந்த அமைப்புக்கு முற்றாக இசைவுகொள்கிறார்கள். ஆகவே அரசும் சமூகமும் எப்போதுமே செயலூக்கம் கொண்டவையாக உள்ளன.

ஜப்பானியத் தொழிற்சூழலை செந்தில் உட்பட நண்பர்கள் சொல்லும் போது அவர்களின் பிசிறில்லாத கூட்டு உழைப்பையே சுட்டிக்காட்டு கிறார்கள். அவர்கள் எளிய ஆணவங்களால் முரண்படுவதில்லை. ஆகவே உழைப்புத்திறன் வீணாவதில்லை. ஜப்பானியர்களை ஒருவகையில் 'பயின்ற அடிமைகள்' என்று சொல்லத் தோன்றும். ஆனால் அந்த ஒத்திசைவு அவர்களின் அகத்தனிமையை, விடுதலையைப் பாதிக்கவில்லை.

ஜென் அளித்த கொடை என அதைச் சொல்லலாம். புற ஒத்திசைவை யும் அகவிடுதலையையும் ஒரே சமயம் போதிப்பது ஜென். மிகமிகக் கச்சிதமான உலகச் செயல்களை அது கற்பிக்கிறது. ஜென் முறையில் தட்டு கழுவும் பயிற்சியே உண்டு. மாக்ரோபயாட்டிக்ஸ் முறையைக் கற்பிக்க ஊட்டி குருகுலத்துக்கு வரும் ஜப்பானியர்களும் அமெரிக்கர் களும் அதைப்பற்றிப் பேசுவதைக் கேட்டிருக்கிறேன். ஆனால் ஜென் அகத்தே கட்டில்லாத தேடலை, சொல்லப்போனால் ஆன்மிக

பொன்சாய் மரங்கள்

அஷிகாகா காக்கோ - ஜப்பானின் பழைமையான பள்ளி

அஷிகாகா காக்கோ பள்ளி

அஷிகாகா காக்கோ பள்ளி - கன்ஃபூஷியஸின் சிலை

அராஜகத்துவத்தை கற்பிக்கிறது. கன்ஃபூஷிய சிந்தனையில் இருந்து ஜென் முன்சென்றது இவ்வகையில்தான்.

முன்பு அங்கிருந்த பள்ளியை மீண்டும் பழுதுபார்த்து அமைத்திருக்கிறார்கள். இங்கே ஆர்வமூட்டும் ஒன்றைக் கண்டேன். தொன்மையான ஜப்பானிய புல்கூரை. இதைப்போன்ற கூரைகளை தமிழகத்தின் வடபகுதியில் காணலாம். நாணல்போன்ற செறிவான உலர்ந்த புல்லைக்கொண்டு அமைக்கும் கூரை தமிழகத்தின் மிதமான மழைச்சூழலில்கூட பத்தாண்டுகள் இருக்கும். ரவீந்திரபாரதி என்னும் நண்பர், மொரப்பூரில் கட்டிய வீட்டில் மாடியில் இப்படி ஒரு கூரையை அமைத்திருந்தார்.

அதன்பின் நமீபியாவில் இத்தகைய கூரையைக் கண்டேன். அங்கே இருபதுமுப்பதாண்டுகள் இக்கூரை நிற்குமாம். ஏனென்றால் மழையே இல்லை. ஜப்பானின் நிரந்தர மழைச்சூழலில் எப்படி இக்கூரை தாக்குப்பிடிக்கிறது எனத் தெரியவில்லை. ஆனால் அது ஒரு வகையான வரலாற்று உணர்வை உருவாக்கியது. பின்னாளில் மூங்கில்களாலும் அதையொட்டி மூங்கில் வடிவ உலோக உருளைகளாலும் கூரையிட்டிருக்கிறார்கள்.

அந்தப் பள்ளியின் பெரிய அறைகளில் சுற்றி நடந்தோம். அதன் பின்பக்கம் அங்கே பயின்ற மாணவர்கள் மற்றும் ஆசிரியர்களின் நினைவாக நூற்றுக்கணக்கான சிறு குமிழ்வடிவங்களை நிலைநிறுத்தியிருந்தார்கள். சிவலிங்கங்கள் போல பௌத்த தூபிகளின் சிறுவடிவங்கள் போல தோன்றின. புகைப்படம் எடுத்து ராஜமாணிக்கத்துக்கு அனுப்பி 'ஜப்பானில் சைவம்' என சொல்லித் தூண்டிவிட்டோம். செவ்வாய்கிரகத்தில் சைவம் என்றாலும் பூர்விக சைவர்கள் நம்பி வெறிகொள்வார்கள். வைணவ வெறியர்கள் ஸ்ரீரங்கம் தவிர எங்கும் வைணவம் இருக்க வாய்ப்பில்லை என நம்புபவர்கள்.

அந்த பள்ளிக்குச் சமானமான பள்ளி இங்கே ஏதும் உள்ளதா? பார்த்திபசேகரபுரம் என்னும் ஊர் குமரிமாவட்டத்தில் உள்ளது. அங்கே ஒரு தொன்மையான வேதபாடசாலை இருந்திருக்கிறது. 'காந்தளூர்ச்சாலை கலமறுத்தருளி' என ராஜராஜ சோழனின் கல்வெட்டில் குறிப்பிடப்படுவது அந்த இடம்தான் என்று ஓர் ஊகம் உண்டு. குமரிமாவட்டத்தின் சிதறால் ஒரு தொன்மையான பல்கலைக் கழகம். இத்தகைய கல்விநிலைகளை மீட்டு ஓர் சுற்றுலா அடையாளமாக ஆக்கினால் நம் பழைய கல்விமுறை குறித்த ஒரு புரிதலை அடையமுடியும்.

இத்தகைய இடங்களில் நிற்கையில் உருவாகும் ஒரு கனவு, நாம் அந்தக் காலத்தில் அங்கே வாழ்வதைப் பற்றியது. உண்மையில்

அக்கனவு கொஞ்சமேனும் இருப்பவர்களால் மட்டுமே இந்தப் பயணங்களை மகிழ்வுடன் இயற்றமுடியும். ஆனால் இந்த வகையான இடங்கள் பதற்றத்தை அளிக்கின்றன. சமணக்குகைகளுக்கு செல்லும் போது அவற்றில் ஒரு மாணவனாக அமர்ந்திருக்கும் உளக்காட்சி மிகப் பெரிய நெகிழ்வை அளிக்கும். இங்கே அதிகாரம் வீற்றிருக்கிறது.

ஜப்பானின் கட்டடக்கலையில் மரம் மிகப் பெரிய பங்கை வகிக்கிறது. ஒருகாலத்தில் வானளாவிய காடுகளின் நிலமாக இது இருந்திருக் கலாம். ஆனால் கல் குறைவாக இருந்திருக்கலாம். கருங்கல் கட்டு மானங்கள் மிக அரிது. காலம் மரத்தை கருமையாக்கி இறுகச்செய்து கல்போலவே ஆக்கிவிட்டிருக்கிறது. இந்த பள்ளியில் அக்காலத்தில் பயின்ற மாணவர்களை எண்ணிக்கொண்டேன். மரத்தைக் கல்லாக்கும் கலை. மறுத்த மரங்களும் இருந்திருக்கலாம். அவை சிதைந்து அழிந்திருக்கும்.

அங்கிருந்து சற்று தூரம் தள்ளியிருந்த பறவைகளின் பேணகத்துக்குச் சென்றோம். ஒரு ஜப்பானிய கிராமத்துக்குள் நுழைந்தது அப்போது தான். ஆனால் ஜப்பானில் கிராமங்கள் இல்லை. எல்லா இல்லங்களுமே புதியவை, வசதியானவை. அமெரிக்கா போல இங்கே வேளாண்மை என்பது அரசின் செல்லக்குழந்தை. ஓர் அம்மணி வயலில் பயறு நட்டுக்கொண்டிருந்தாள். விதையை ஊன்றி பாலிதீன் தாளை சுருள்நீட்டி மூடினாள். அருகே அவளுடைய கார் எந்திரம்

அஷிகாகா காக்கோ பள்ளி அருகில் பறவைகளின் பேணகம்

ஓடிக்கொண்டிருந்தபடியே காத்திருந்தது. அந்த டீசல் செலவில் இங்கே இந்தியாவில் ஓர் அறுவடையே செய்துவிடலாம்.

நான் அந்த இடத்தில் அமர்ந்துகொண்டு இந்தியாவில் ஜென் போல வேலையை தவமெனச் செய்யும்படிப் பழக்கும் ஆன்மிகப் பயிற்சி கொண்ட மதப்பிரிவுகள் எவையேனும் உள்ளனவா என எண்ணம் ஓட்டினேன். கன்ஃபூஷியனிஸத்துக்கு நிகரானவை. அப்படி எதையும் என்னால் காணமுடியவில்லை. இங்கிலாதது இல்லை, எங்கிருப்பதும் இங்கிருந்து சென்றதே என்ற வகையான கூச்சல்கள் இருந்தாலும் இதுதான் உண்மை. நாம் புறத்தை வெளியே நிறுத்தி அகத்தை பழக்கக் கற்றோம். புறத்தே நாம் செய்வது வழிபாடுகளை மட்டுமே.

ஜப்பானிய வயல்வெளிமேல் குளிர் பரவத் தொடங்கிவிட்டிருந்தது. அந்தப் பறவைப் பேணகத்தில் வலசைப்பறவைகள் அப்போது இல்லை. உள்ளூர் பறவைகள் கீச்சிட்டுக்கொண்டிருந்தன. அந்தி இறங்கிக்கொண்டிருந்தது. சூழ அமைதியில் மூழ்கிய வயல்கள். மிகத் தொலைவில் மேலும் அமைதிகொண்ட இல்லங்கள்.

ஜப்பானிய ஜென் கவிதைகளின் மையக்கருப்பொருள் அமைதி என்று தோன்றியதுண்டு. அமைதியான குளத்தில் தவளை பாய்வதைப் பற்றிய பாஷோவின் அந்தப் புகழ்பெற்ற ஜென் கவிதை அச்சித்திரத்தை உள்ளத்தில் உருவாக்கியிருக்கிறது. ஜப்பானிய நிலம் அலையலை யானது, ஸ்காட்லாந்தை நினைவூட்டுமளவுக்கு. பசுமையின் அலைகளாக அப்போது தெரிந்தது. நான் அங்கு அமர்ந்திருக்கையில் முதல் முறையாக ஜென் ஆசிரியர்கள் எங்கிருந்து தொடங்கினார்கள் என்பது புரிந்தது.

- 11 -

ஒரு நாட்டின் தலைநகரைப் பார்ப்பதென்பது அதன் பிற இடங்களைப் பார்ப்பதைவிட அரிதான ஓர் அனுபவம். பிற நகர்களில் வணிகம், தொழில், சுற்றுலா என பல கூறுகள் இருக்கும். தலைநகர்களில் நேரடியாகவே அதிகாரம் திகழும். அதிகாரம் எனப் பொதுவாகச் சொல்கிறோம். நான் அதன் வெளிப்படையான அடையாளங்களை மட்டும் சொல்லவில்லை. அதிகாரச் சின்னங்களான கோட்டைகள், அரண்மனைகள், அரசகுடிகளுக்கான சமாதியிடங்கள், வெற்றித் தூபங்கள் என பல அங்கே இருக்கும். அவற்றுக்கு அப்பால் அந்த இடத்துக்கே உரிய ஓர் குறீயீடை நாமே கண்டுகொள்ள முடியும் என்றால், நம் நுண்ணுணர்வால் அந்த நகரையும் அதன் வழியாக அந்நாட்டையும் புரிந்துகொண்டோம் என்றுபொருள்.

உதாரணமாக, நான் முதல்முறையாக வாஷிங்டன் சென்றபோது வெள்ளை மாளிகையையும், மாபெரும் அருங்காட்சியகங்களையும் கண்டேன். ஆனால் என் நினைவில் குறியீடாகத் திரண்டு வந்தது, அங்கிருந்த நீத்தார் பூங்காக்களில் முடிவில்லாதது போல் தோன்றிய கல்லறைகளின் வரிசைகள்தான். அனைத்துமே உலகின் வெவ்வேறு ஊர்களில் போரில் இறந்த படைவீரர்களுக்காக நடப்பட்டவை. மண்ணாலான நீள் சிறு குவைக்குமேல் வெண்ணிறச் சிலுவைகள். அந்த நீத்தார் பூங்காக்கள் மாபெரும் வயல்கள்போல தோன்றின. அச்சிலுவைகள் நடப்பட்டிருக்கின்றன. ஈரிலை விரித்திருக்கின்றன. அறுவடை நிகழாதவை. அல்லது அறுவடை நிகழ்வது நாம் பார்க்கும்படி அல்ல.

டோக்கியோ ஜப்பானின் தலைநகர். அதைச் சுற்றிப்பார்க்கக் கிளம்பியபோது நான் அத்தகைய ஓர் அகத்தேடலில் இருந்தேன். பதினான்காம் தேதி கிளம்பி நேராக உவேனா தேசிய

உவேனா தேசிய அருங்காட்சியகம்

அருங்காட்சியகத்துக்குச் சென்றோம் (UENO National Museum) அங்கு வாசகர் சங்கர் ஜெயபால் இணைந்துகொண்டார். ஜப்பானிய அருங்காட்சியகத்தில் அரைநாள் செலவிட்டோம். அருங்காட்சியகங் கள் என்பவை பலமுறை சென்று பார்க்கப்படவேண்டியவை. பலநாட்களைச் செலவிட்டுப் பார்த்தாலும் அவற்றில் ஒரு பகுதியைக் கூட பார்க்கமுடியாது. ஆகவே அரைநாளில் ஓர் அருங்காட்சி யகத்தைப் பார்க்கலாமா?

கண்டிப்பாகப் பார்க்கலாம். அதை 'அருங்காட்சியகத்தை உணர்தல்' என்று சொல்லலாம். அருங்காட்சியகத்தைப் பார்ப்பது என்றால் வேறு. அதற்கு குறிப்பிட்ட ஒரு கேள்வியுடன் செல்லவேண்டும். உதாரண மாக, சென்னை அருங்காட்சியகத்தில் அமராவதி சிற்பங்கள் உள்ளன. அமராவதியின் பளிங்குக்கல் சிற்பக்கலை பற்றி அறிந்துகொண்டு நேரில் சென்று நோக்கி குறிப்புகள் எடுத்துக்கொண்டு பார்ப்பதே அருங்காட்சியகத்தை பார்த்தல். ஒட்டுமொத்தமாகப் பார்த்தால் ஒரு செய்தியும் நினைவில் நிற்காது.

ஆனால் அருங்காட்சியகம் நம் அறிவுடன் மட்டும் உரையாடுவது அல்ல. அது நம் ஆழுள்ளத்தையும் சென்றடைகிறது. ஓர் அருங்காட்சி யகத்தில் அவ்வப்போது கவனத்தைக் கவர்வனவற்றை மட்டும் நோக்கியபடி, ஆழ்ந்த உளநிலையுடன் சுற்றி வரும்போது நாம்

அந்தப் பண்பாடு பற்றிய ஒரு நுண்புரிதலை அடைகிறோம். இப்படிச் சொல்கிறேனே, ஓர் இல்லத்தின் வரவேற்பறையில் நாம் அந்த வீட்டாரைப்பற்றிய ஒரு மதிப்பீட்டை 'எப்படியோ' அடைகிறோம் அல்லவா, அதைப்போல.

அருங்காட்சியகங்களை எப்போதுமே ஒரு பயணத்தின் இறுதியில் தான் பார்க்கவேண்டும். அதற்கு முன்னரே வரலாற்று இடங்களையும் தொல்லியல் இடங்களையும் பார்த்திருக்க வேண்டும். அப்பண் பாட்டின் ஒட்டுமொத்த உணர்வும் நமக்குள் ஒருவகையில் உருவாகி வந்தபின்னர் அருங்காட்சியகத்தை பார்க்கும் போது அங்கிருக்கும் பொருட்கள் அனைத்தும் குறியீடுகளாக மாறியிருப்பதை உணரலாம். அதுவே அருங்காட்சியகத்தை உணர்தல் என்பது.

நூறு பொருட்களினூடாக உலக வரலாறு, நூறு பொருட்களினூடாக ஐரோப்பிய வரலாறு போன்ற தலைப்புகளில் இன்று நூல்கள் வெளிவருகின்றன. பொருட்கள் ஒரு காலகட்டத்தைக் குறிப்பவை யாக மாறுவது இயல்பே. ஏனென்றால் பொருட்கள் எல்லாமே படிமங்கள்தான். தமிழ் வரலாற்றை அவ்வாறு நூறு பொருட் களினூடாகச் சொல்லப்போனால் இணையர் வடிவம் பொறிக்கப்பட்ட சங்ககால நாணயம் முதல் தொடங்கவேண்டும். நாணய ஆய்வாளர் தினமலர் ஆசிரியர் கிருஷ்ணமூர்த்தி அவர்களால் கண்டெடுக்கப்பட்டது. அவரது சேமிப்பில் உள்ளது. அதில் ஒருபக்கம் மிதுனச் சிலை உள்ளது. இணையாக நின்றிருக்கும் ஆணும் பெண்ணும்.

அதிலிருந்து தொடங்கி தமிழகத்தின் வரலாற்றை எழுத முடியும். அல்லது மேலும் பின்னகர்ந்து சென்று திருவக்கரையின் கல்மரங்களிலும் ராபர்ட் ப்ரூஸ் சேர்த்த கல்லாயுதங்களிலிருந்தும் கொடுமணலின் கூழாங்கற்களிலும் ஆதிச்சநல்லூர் பானை உடைசல்களிலிருந்தும் இன்னொரு வரலாற்றைத் தொட்டு உருவாக்க முடியும். அவ்வாறு பொருட்களினூடாக நம்முள் உருவாக்கப்படும் வரலாறு வெறுமே தகவல்களாக இல்லாமல் விழுமியங்கள் நிறைந்ததாகவும் இருப்பதைக் காணலாம். ஏனென்றால் எல்லா படிமங்களும் விழுமியங்களையே குறிக்கின்றன.

டோக்கியோ அருங்காட்சியகம் 1872-ல் நிறுவப்பட்டது. ஜப்பானின் மிகப் பெரிய கலைப்பொருள் கண்காட்சியகமும் இங்கேதான் உள்ளது. ஜப்பானின் தேசிய அரும்பொருட்கள் என அறிவிக்கப்பட்ட 87 பொருட்கள் இங்குள்ளன. உலகின் மிகப் பெரிய அருங்காட்சிய கங்களில் ஒன்று இது. இங்குள்ள ஆசியக் கலைப்பொருள் தொகை மிக மிகப்பெரிது.

13ம் நூற்றாண்டு
மரச்சிற்பம்

12ம் நூற்றாண்டு
ஓவியம் - சமந்தபத்ரர்

1000-400 பொ.யு.மு
ஜோமோன் கால
மண் சிலை

5ம் நூற்றாண்டு
இரும்பு கவசம்

3000-2000 பொ.யு.மு
ஜோமோன் கால
மண் பாண்டம்

ஜப்பானியப் பண்பாட்டின் கற்காலச் சான்றுகள், மிகத்தொன்மையான நாடோடிப் பண்பாட்டின் அடையாளங்கள், மண்பாண்டங்கள் உருவாகி வந்த வகை, அந்த காலகட்டத்தின் ஆடைகள், வெவ்வேறு உலோகக் கலங்கள் ஆகியவற்றைப் பார்த்துக்கொண்டிருந்தோம். கொதிக்கவைக்கப்பட்ட சூப், நூடில்ஸ் போன்றவையே ஜப்பானின் மைய உணவாக இருந்துள்ளன. உண்கலங்கள் எல்லாமே திரவ உணவு உண்பதற்குரியவை. வாயகன்ற கோப்பைகள் மிகுதி. குவளைகள் மதுக்கிண்ணங்கள் மிகமிகக் குறைவு. நீர் கொண்டுசெல்லும் குடங்களும் அரிதாகவே உள்ளன.

சீனாவிலிருந்து வந்த பீங்கான் ஜப்பானின் மிக முக்கியமான அரும்பொருளாக இருந்திருக்கிறது. அவை பயன்படுபொருள் என்பதற்கு மேலாக அரசதிகாரத்தின், ஆடம்பரத்தின் குறியீடாக இருந்துள்ளன. பீங்கானும் தேநீரும் சீனாவிலிருந்து வந்தவை. ஆகவே ஒன்றின் இரு பக்கங்கள். தேநீர் ஜப்பானின் வாழ்க்கைநோக்கையே மாற்றியிருக்கிறது. அது ஜப்பானை திடீரென மென்மையான நிதானமான சடங்குகள் மற்றும் வாழ்க்கைநிகழ்வுகள் கொண்டதாக மாற்றிவிட்டதுபோல தோன்றியது. ஜப்பான் என்னும்போதே வெண்ணிறமான பீங்கான் குடுவையிலிருந்து மிக மிக மென்மையாக பீங்கான் கோப்பைக்கு ஊற்றப்படும் தேநீர் நினைவில் எழுகிறது.

ஜப்பானிய தேநீர் விருந்துகள் புகழ்பெற்றவை. அவை இங்கு ஒருவகையான பிரார்த்தனைச் சடங்குகள்போல. அவற்றை தயாரிப்பதற்கும் அருந்துவதற்கும் ஏராளமான ஆசாரங்கள் உள்ளன. ஜென் குருக்கள் நிகழ்த்தும் தேநீர் விருந்துகளுக்கான கலங்கள் வெவ்வேறு வகையான அடையாளங்களும் குறியீடுகள் கொண்டவை. பல தேநீர் கலங்களில் ஷிண்டோ மதத்தின் தெய்வங்களைப் பார்க்க முடிந்தது. தேநீர் என்றால் வெந்நீரில் இட்ட தேநீர் இலை மட்டும்தான். சீன- ஜப்பானியத் தேநீர் என்பது ஒருவகை மூலிகை நீர், அவ்வளவுதான். பாயசத்தின் தங்கையான இந்திய தேநீரை நினைத்துக்கொள்ளலாகாது.

மீண்டும் மீண்டும் ஜப்பானிய கிமோனோவை நோக்கி எனது பார்வை சென்று கொண்டிருந்தது. வெவ்வேறு காலகட்டங்களில் நெய்யப் பட்ட கிமோனோக்கள் காட்சிக்கு வைக்கப்பட்டிருந்தன. அரசர்களின் ஆடைகள் பொன்னூல் வேலைப்பாடுகள் மிகுந்தவை. சாமுராய் களின் ஆடைகள் உறுதியானவை, குல அடையாளங்கள் பொறிக்கப் பட்டவை. பெண்களின் ஆடைகள் வண்ணத்துப்பூச்சி இறகுகள் போல மலர்செறிந்தவை.

உலக அளவில் அது போல ஒரு விந்தையான ஆடை இருக்காதென்று தோன்றியது. ஆனால் வெளியிலிருந்து வந்த ஒருவருக்கு நம்முடைய

புடவை அதே அளவுக்கு விந்தையான ஆடையாக இருக்குமென்றும் தோன்றியது. கிமோனோ இன்று இயல்பாக எவராலும் அணியப் படுவதில்லை. அவ்வகையில் பார்த்தால் இன்று உலகத்தில் அணிவதில் மிகத் தொன்மையானதும் மிக விந்தையானதுமான ஆடை சேலைதான்.இன்னும் எத்தனை காலம் இந்தியாவில் பெண்கள் சேலை அணிவார்கள் என்பதைச் சொல்ல முடியவில்லை.

வசதிக்கேற்ப வெட்டி முடிச்சிட்டு கட்டப்பட்ட பெரும்போர்வை தான் கிமோனோ என்றே எனக்குத் தோன்றிக்கொண்டிருந்தது. கிமோனோ தொல்காலத்தில் மேலும் மேலும் பிரம்மாண்டமானதாக இருந்திருக்கிறது. அன்றெல்லாம் அதில் தையல்கள் இல்லை. பழமையான ஓவியங்களில் அக்காலத்து ஜப்பானிய பிரபுக்கள் மிகப் பெரிய கிமோனோக்களை அணிந்திருந்ததை காண முடிகிறது. கிமோனோக்களின் ஒரு பகுதியாக பின்புறத்தில் மடித்து கட்டப்பட்ட போர்வையும் உள்ளது.

கிமோனோ என்றால் தோளில் அணியும் உடை என்று பொருள். கிபி மூன்றாம் நூற்றாண்டு வாக்கில் சீனாவில் டாங் அரசகுடியின் ஆட்சிக் காலத்தில்தான் ஜப்பானில் சீனக் குடியேற்றம் உச்சத்தில் இருந்தது. கிமோனோ அப்போது ஜப்பானுக்கு வந்தது என்றும் அது சீன தோளாடையின் இன்னொரு வடிவமே என்றும் சொல்லப்படுகிறது.

ஒரு நாகரீகத்தின் உடையாக ஒன்று மெல்லமெல்ல உருவாகி வந்து பின்னர் அதுவாகவே அறியப்படுகிறது. இந்தியா சேலையால் அடையாளம் காணப்படுகிறது. வேட்டி அவ்வளவு தனித்துவம் கொண்டது அல்ல. நாம் கச்சையாகக் கட்டிய அரைவேட்டியும் சால்வையாக மேலாடையும் அணிந்திருக்கிறோம் என பழைய சிற்பங்கள் காட்டுகின்றன. மேலாடை உடலுடன் ஒட்டியதுபோல கோடாக சிற்பங்களில் செதுக்கப்பட்டிருக்கிறது

தமிழக ஆடையில் தையல்கள் இல்லை. ஆனால் நம்மிடம் தையல்கலை இருந்திருக்கிறது. நகரத்தார் வணிகர்கள் தைத்த ஆடைகளை அணிந்திருக்கிறார்கள். அதை மெய்ப்பை என்று சொல்லியிருக்கிறார்கள். தமிழர்களின் ஆடையில் தையலுக்கான தேவை இருக்கவில்லை. தையல் மிகமிகத் தொல்காலத்திலேயே இருந்திருக்கிறது. கற்காலத்திலேயே குளிர்நில மக்கள் ஆடைகளைத் தைத்து அணிந்திருக்கிறார்கள். உலோகம் கண்டுபிடிக்கப்படுவதற்கு முன்னரே ஊசி கண்டுபிடிக்கப்பட்டுள்ளது. பல தொல்லியல் அகழ்வுகளில் எலும்பாலான தையல் ஊசிகள் கிடைத்துள்ளன

கிமோனோ தையல் இல்லாமல்தான் அணியப்பட்டிருக்கிறது. பின்னர் மிக எளிமையான தையல் வந்திருக்கிறது. மேலும் மேலும்

சிக்கலாகிக்கொண்டே சென்ற அந்த ஆடை பின்னர் சமூக அடையாளமாக மாறியது. அதிகாரம் படிநிலை ஆகியவற்றைக் காட்டத் தொடங்கியது. பிற்கால கிமோனோக்கள் துணிக் குவியல்கள். ஏராளமான தொங்கல்கள், குஞ்சலங்கள், மடிப்புகள், சுருள்கள்.

அதிலும் சீனச் செல்வாக்கு இருக்கலாம் என நினைக்கிறேன். சீனாவில் மிதமிஞ்சி ஆடையணிவது என்பது ஒரு மனநோய் அளவுக்குச் சென்றிருக்கிறது. சீனாவின் புகழ்பெற்ற பீங்கான் போர்வீரர்கள் சிலைத்தொகையில் எளிய படைவீரர்களேகூட ஏராளமாக ஆடை களை அணிந்திருக்கிறார்கள். இடைப்பட்டைகள், கால்பட்டைகள், தோலால் ஆன காலணிகள் அவற்றில் உள்ளன. அவை கிமு 2 ஆம் நூற்றாண்டைச் சேர்ந்த சிலைகள். அதாவது நம் சங்ககாலம் தொடங்கும்போது. குறிப்பாகச் சொல்லப்போனால் நம் கீழடி பண்பாட்டின் காலகட்டத்தில். அன்றே சீன உடை என்பது நாம் ஒரு கிராமமே அணியும் அளவுக்குத் துணியால் ஆனதாக இருந்தது.

சீனச் சிலைகளில், குறிப்பாக தெய்வச்சிலைகளில், ஆடைகளின் நெளிவுகளும் சுருக்கங்களும் விரிந்து விரிந்து நெளிந்து பரவியிருப்பதைக் காணலாம். அந்த ஆடைப்பெருக்கம் ஜப்பானியர்களின் பிற்காலக் கிமோனோக்களில் தெரிகிறது. அருங்காட்சியகம் வழியாக கிமோனோக்களின் பரிணாமத்தைப் பார்த்துக்கொண்டு செல்வது ஒரு நல்ல வரலாற்றுத் தரிசனம். கிமோனோக்கள் பிற்காலத்தில் வாள் களையும் கவசங்களையும் மறைக்கும் அளவுக்குப் பெரிதாக ஆகிவிட்டன. போர்க்களத்தில் போரிடுகையில் தடையாக ஆகாதபடி எளிதானவையாகவும் மாறின.

இடைக்காலத்தில் பிரிட்டனிலும் ஐரோப்பாவிலும் கிமோனோ ஆண்களுக்கான இரவாடையாக இருந்திருக்கிறது. ஷெர்லக் ஹோம்ஸ் கிமோனோ அணிந்து தூங்கியிருக்கிறார். இப்போது நாமும் கிமோனோ அணிகிறோம். கராத்தே, குங்ஃபு பயில்பவர்கள் அணியும் ஆடை கிமோனோவின் இன்னொரு வடிவம்தான். நான் தங்கும் நட்சத்திர விடுதிகளில் இரவாடையாக வெண்ணிற கிமோனோ வைக்கப்பட்டிருக்கும். சும்மா அதை அணிந்துகொள்வதுண்டு. இரவில் உடல் இறுக்கமான ஆடைகள் இல்லாமல் இருப்பது ஒரு விடுதலை. இதை எழுதும்போதும் கிமோனோ அணிந்திருக்கிறேன்,

அயலவரின் விழிகளால் நோக்கினால் ஜப்பானியக் கலாச்சாரம் என்பது சீனக் கலாச்சாரத்தின் செறிவூட்டப்பட்ட ஒரு துளி என்றே தோன்றிக்கொண்டிருக்கிறது. சீனாவில் இல்லாத ஜப்பானில் மட்டுமே இருக்கும் எதுவும் இல்லை. சீனாவிலிருந்து வருவது ஜப்பானில் நுண்ணிய மேம்பாடு ஒன்றை அடைகிறது, அவ்வளவு தான். பட்டு, பீங்கான், தேநீர், கன்ஃபூஷியனிஸம், தாவோயிசம், பௌத்தம் எல்லாமே.

ஜப்பானிய அருங்காட்சியத்தில் வெவ்வேறுவகை கடானாக்கள் நிஞ்சாக்கள் (நிஞ்சாட்டோ) காட்சிக்கு வைக்கப்பட்டுள்ளன. பொதுவாக அருங்காட்சியகங்களில் பழைமையான படைக்கலங்கள் காட்சிக்கு வைக்கப்பட்டிருக்கும். இங்கே நான் கண்ட தனிச்சிறப்பு என்னவென்றால் அவற்றை கம்மியர்களின் பெயர்கள், அவர்களின் தொழிற்குழுக்களின் பெயர்களுடன் பொறிக்கப்பட்டுள்ளன. கம்மியர்கள் பெருஞ்சிற்பிகளுக்கு நிகராக மதிக்கப்பட்டிருக் கிறார்கள்.

கடானா என்பது அணிவாள். ஷோகன்கள் அணிவது. சடங்குகளுக்கும் கொலுவீற்றிருப்பதற்கும் உரியது. அதன் உறைகள் மிகமிக அழகானவை. உலோகத்தால் செய்யப்பட்டு மேலே அரக்கு அலங்காரம் பதிக்கப்பட்டவை. கடானா என்றால் பெரிய வாள் என்றுதான் பொருள். நிஞ்சா என்றால் சாதாரணப் போர்வீரன். தற்கொலைப்படைக்கும் இப்பெயர் உண்டு. அவன் வாள் நிஞ்சாட்டா எனப்படுகிறது. பேச்சுவழக்கில் அதுவும் நிஞ்சா என்று சொல்லப் படுகிறது.

நாம் ஏராளமான சினிமாக்களில் கடானக்களையும் நிஞ்சாக்களையும் பார்த்திருப்போம். ஜப்பானை நாம் அவர்களின் போர்க்கலை வழியாக மட்டுமே அறிந்திருக்கிறோம். வணிக சினிமா அவ்வாறு ஜப்பானை வரையறை செய்கிறது. இந்தியாவை ஹாலிவுட் எப்போதுமே சாமியார்களின் நாடாக வரையறை செய்வது போல.

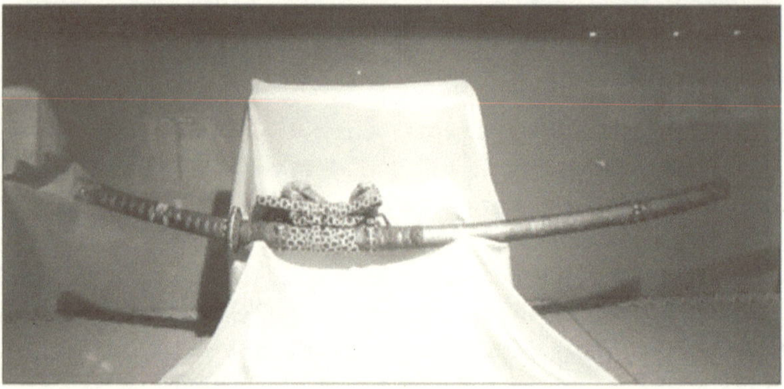

அருங்காட்சியகத்தில் வெவ்வேறுவகை கடானாக்கள்

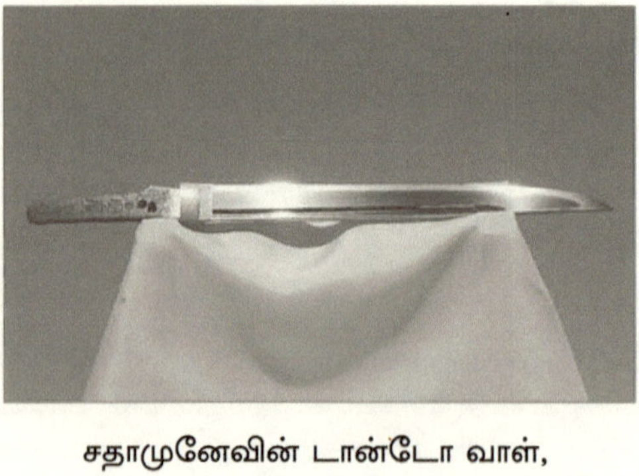

சதாமுனேவின் டான்டோ வாள்,
காமகுரா காலம், 13ம் நூற்றாண்டு

சாமுராய்
கவசம்

ஜப்பானிய ஆரம்பகால புத்தர் சிலைகள் எளிமையாக மரத்தால் செய்யப்பட்டவை. திபெத்திய பௌத்தம்போல விந்தையான வடிவங்கள் இல்லை. அலங்காரம் மிக்க சிற்பங்களும் இல்லை. ஜப்பானிய பௌத்தம் தாந்த்ரீகம் நோக்கிச் செல்லவில்லை. வஜ்ராயனம் இங்கே வந்திருக்கிறது. வஜ்ராயனத்தின் சுவடிகள் இங்குள்ள மடாலயங்களில் கிடைத்துள்ளன. ஆனால் வேரூன்றவில்லை.

அதற்கான காரணங்கள் பல இருக்கலாம். முதன்மையாகத் தோன்றுவது இங்கிருந்த தொல்மதம் ஆவி வழிபாடு, மூத்தோர் வழிபாடு மட்டுமே கொண்டிருந்தது என்பதே. திபெத்திலும் பூட்டானிலும் பௌத்தம் செல்வதற்கு முந்தைய பான் மதம் பலவகையான பூத வடிவங்களை, எதிர் மறைத் தெய்வங்களை வழிபட்டது. அவை பௌத்தத்தால் உள்ளிழுக்கப்படுவதற்கு வஜ்ராயனம் தேவையாக இருந்தது.

மரத்தாலான
ஆரம்பகால புத்தர்
சிலைகள்

ஜப்பானிய ஆரம்பகால புத்தர்கள் கொஞ்சம் தயக்கத்துடன்தான் இருக்கிறார்கள். கன்னத்தில் கைவைத்து அமர்ந்திருக்கும் ஒரு புத்தரைக் கண்டபோது, 'என்ன செய்வது இந்த மண்ணில்' என சிந்திக்கிறார் என்று தோன்றியது. பின்னர்தான் அவர்கள் பேருருக் கொண்டார்கள். ஆனாலும் இருபக்கமும் போதிசத்வர்களின் அணிப் பேருருவங்கள் இல்லாமல் கொஞ்சம் அடங்கித்தான் தெரிகிறார்கள். ஜப்பானில் எங்கும் தாராதேவியைக் காணவில்லை.

நித்யாவின் மாணவரான டாக்டர் தம்பான்'சுவாமி தன்மயா' ஒரு வகுப்பில் சொன்னார். பௌத்தம் அகிம்சையின் மதம், அறிவார்ந்த மதம். ஆனால் அதில் ஒரு தாக்கும்தன்மை, வெல்லும்தன்மை உண்டு. அதாவது ரஜோ குணம் உண்டு. அது

மென்மையான சமணத்தில் இருந்து முரண்பட்டு எழுந்தது அதனாலேயே. அது சமணத்தின் கூர்முனை. ஆகவேதான் பௌத்தம் மிக இயல்பாக போர்க்கலைகளை உள்ளிழுத்துக்கொண்டது. மந்திர தந்திரங்களை உள்வாங்கிக்கொண்டது. ஊனுணவை ஏற்றுக் கொண்டது.

ஆகவேதான் அது மலைப்பகுதிகளில் வேரூன்றியது. பௌத்தத்தில் இருந்து வன்முறையை நீக்கவே முடியாது என்பது தம்பானின் கருத்து. அவர் பல பௌத்த நாடுகளில் பணிபுரிந்தவர். பௌத்த மரபில் வன்முறை உள்ளடங்கிச் செயல்படும். அது தனக்கெதிரான வன்முறையாகக் கூடச் செயல்படலாம். கருத்துசார்ந்த பற்றுறுதியாக வெளிப்படலாம். ஆனால் எவ்வகையிலோ அது உள்ளே இருக்கும். ஏனென்றால் அது தன் மதத்தவர்களுக்கு மேல் துறவிகளை ஒரு சிறப்புச் சமூகமாக நிலைநிறுத்துகிறது. 'பௌத்த கம்மிஸார்கள்' என்று தம்பான் சொல்வதுண்டு.

எனக்கு அன்றும் இன்றும் ஏற்பு உடைய கருத்து அல்ல இது. ஆனால் இந்த அருங்காட்சியகத்தில் ஒருபக்கம் புத்தரும் மறுபக்கம் கடானாக்களுமாக பார்த்துச் செல்கையில் திபெத், சீனா, இலங்கை, தாய்லாந்து, பர்மா முதல் ஜப்பான் வரை பௌத்தம் அடைந்த மாற்றம் என்பது வன்முறையை, அரசதிகாரத்தை ஏற்றுக்கொள்ளும் பரிணாமம் தானா என்று தோன்றியது. அந்தப் போக்குதான் மைய ஓட்டம். அதற்கு எதிராக பௌத்தத்துக்குள்ளேயே உருவான எதிர் ஒழுக்குதான் ஜென். பௌத்தம் தனக்கு எதிராக தானே போட்டுக்கொண்ட ஓட்டுதான் ஜென்.

அத்தனை கடானாக்களிலும் வடித்த கம்மியர்களின் பெயர்கள் இருப்பது அவை கலைப் படைப்புகளாகக் கொண்டாடப்பட்டிருக் கின்றன என்பதற்கான சான்று.இந்தியாவில் நம் மாபெரும் ஆலயங் களை அமைத்த சிற்பிகளின் பெயர்கள்கூட மிகப் பெரும்பாலும் ஆவணப்படுத்தப்படவில்லை. விதிவிலக்கு, ஹொய்ச்சாளக் கோயில்கள். அங்கு அவற்றை கட்டிய சிற்பிகளின் பெயர்கள் கல்வெட்டில் உள்ளன. கம்மியர்களுக்கு ஜப்பானில் இருந்த மதிப்பு அக்கலை எப்படி பேணப்பட்டது என்பதைக் காட்டுகிறது. ஜப்பானிய வாட்களில் பல ஐநூறாண்டுகளுக்கும் மேலாக பழமை கொண்டவை. ஆனால் கண்ணாடிபோல மின்னிக்கொண்டிருக்கின்றன. நோக்கினால் கண்களில் கீறல் விழுந்துவிடுவதுபோல கூர் கொண்டிருக்கின்றன.

ஜப்பானிய கடானாக்களும் நிஞ்சாக்களும் அடைந்த பரிணாமத்தை அங்கே காணலாம். நீளமான எடைமிக்க வாள் மெல்ல மெல்ல

புத்தர், காந்தாரா,
1-2ம் ஆண்டு பொ.யு

மைத்ரேயர், காந்தாரா,
2ம் ஆண்டு பொ.யு

திராட்சை அறுவடை காட்சி, காந்தாரா, 1-2ம் ஆண்டு பொ.யு

குடிக்கும் காட்சி, காந்தாரா,
3ம் ஆண்டு பொ.யு

கிரேக்க சுருள் - யக்ஷி
அமராவதி, 3ம் ஆண்டு பொ.யு

உவேனா தேசிய அருங்காட்சியகம் - ஆசியச் சிற்பங்களின் பகுதி

சிறிதாகிறது, எடை குறைந்ததாகிறது. தாழைமடல்போல வாள் நடுவே ஒரு ஓடைபோன்ற வளைவு உருவானதுமே அது நீண்டு விரைத்து நிற்க எடை தேவையில்லை என ஆகியிருக்கிறது. தொடக்க கால வாட்கள் இடையிலிருந்து கீழ்நோக்கி தொங்கவிடப்பட்டன, நம்மூர் வழக்கம்போல. அவை வெளியே தெரியும். பின்னாளில் வாட்கள் இடையில் செருகப்பட்டு மேல்நோக்கி இருக்கும்படி அமைக்கப்பட்டன. கிமோனோவுக்குள் இருக்கும் வாளை வெளியே பார்க்க முடியாது. புரவியூர்வதற்கும் எளிது. கிமோனோக்களும் கடானாக்களும் பௌத்தமும் இணைந்து பரிணாமம் கொண்டன என நினைத்துக்கொண்டேன்.

வாளுறைகளை வாளைத் தவிர்த்துவிட்டு பார்க்க விழிகளைப் பழக்கினேன். அவை ஆண்களுக்கான நகைகள். குலம், செல்வம், அதிகாரம் ஆகியவற்றின் அடையாளங்கள். செம்பு முதலிய உலோகங்களில் செய்யப்பட்டு அருமணிகள் பொறிக்கப்பட்டவை. அவற்றைப் பார்க்கப் பார்க்க அவை பண்டைய காவியங்களுக்கு நிகர் என தோன்றியது. பழங்காலக் காவியங்கள் எல்லாமே வன்முறைக்கு மேல் ஏற்றப்பட்ட அணிகள் அல்லவா? மகாபாரதம், ராமாயணம், இலியட், ஒடிஸி எல்லாமே?

அருங்காட்சியகத்தில் ஆசியச் சிற்பங்களின் பகுதி புத்தர் ஆசியாவில் அடைந்த உருமாற்றத்தை மாபெரும் காட்சிவெளியாகக் காட்டுகிறது. அது அப்பகுதியின் ஆன்மிக வளர்ச்சியின் பதிவும்கூட. ஷிண்டோ, தாவோ தெய்வங்கள் இயற்கைச் சக்திகளின் வடிவங்கள். ஆகவே ஆவேசமும் கொடூரமும் அருளும் கொண்டவை. புத்தர் அவற்றை தன்னுடன் சேர்க்கையில் அவரும் அவ்வியல்புகளை அடைகிறார். புருவம் நெரித்து நோக்கும் போதிசத்வர்கள் சீறும் தேவர்கள் என பௌத்தச் சிற்பக்கலையும் விரிகிறது. பின்னர் அமுதகலம் ஏந்திய ஊழ்க புத்தர். அருளுரைத்து அமர்ந்திருக்கும் வைரோசனர். ஜென் வரை நீளும் ஒரு கனிதல். எஞ்சும் அமைதி.

இந்த அருங்காட்சியகத்தில் உள்ள ஓவியத்தொகுப்பு மிக அரிதானது. ஜப்பானின் புகழ்பெற்ற ஓவியங்கள் இங்குள்ளன. ஜப்பானிய ஓவியக்கலையின் வளர்ச்சிப் பாதையை இங்கே பார்க்கலாம். கரிய தீற்றலாக அமைந்த ஜப்பானியப் பழங்கால ஓவியங்களை அருங் காட்சியகத்தில் பார்த்தோம். ஓவியங்களுடன் ஓவியப் பரப்புக்கு உள்ளேயே எழுத்துக்கள் அமைவது பழங்கால ஜப்பானிய மரபு. ஏனென்றால் அவ்வெழுத்துக்களும் ஓவியங்களே. ஜப்பானிய ஓவியக்கலை சாம்பல் வண்ண பூச்சிலிருந்து மெல்லிய நீர் வண்ணத்துக்கும் தைல வண்ணத்துக்கும் வந்து இன்றைய வடிவை எப்படி அடைந்தது என்பதைக் காண முடிந்தது.

ஜப்பானிய கீற்றோவியக்கலை

ஜப்பானிய மொழியில் கீற்றோவியக்கலை சுமி (sumi-e) என அழைக்கப்படுகிறது. இதன் அழகியல் என்பது அலட்சியமான தீற்றல்கள், ஆனால் மிகமிக நுட்பமாகவும் கவனமாகவும் வரையப்படுபவை. பெரும்பாலும் கரிய மையால் மங்கலான பின்புலத்தில் வரையப்படும் மூங்கில் இலை, மூங்கில் தண்டுகளின் சித்திரங்கள் இவை. இவற்றுடன் கவிதை வரிகளும் இணைக்கப்படும். வீட்டில் தொங்கவிடுவதற்கானவை. கையால் செய்யப்பட்ட காகிதங்களில் இவை பெரும்பாலும் வரையப்படுகின்றன. முற்காலங்களில் துணியிலும் மரப்பட்டைகளிலும் வரையப்பட்டன.

ஜப்பானியக் கலையின் இயல்பென்பதே தீற்றல் என்பதுதான். மிக எளிதாகத் தீற்றி அழகுறச்செய்வது மூங்கில் இலை. பல ஓவியங்களில் வெறுமே தூரிகையை வைத்து ஓர் இழுப்பு இழுத்து இலைகளை உருவாக்கியிருக்கிறார்கள். மூங்கில் ஓவியங்கள் மங்கலங்களாகவும் வளச்சின்னங்களாகவும் ஜப்பானியர்களால் கருதப்படுகின்றன, ஐரோப்பியர்களுக்கு Still life ஓவியங்கள் எப்படியோ அப்படி.

இக்கலை கிபி ஆறாம் நூற்றாண்டு அளவில் சீனாவின் டாங் ஆட்சிக் காலத்தைய கலாச்சார எழுச்சியில் உருவாகி கீழைநாடுகள் எங்கும் சென்றது எனப்படுகிறது. சீனாவின் மூங்கில் ஓவிய மரபின் நீட்சியே சுமி. ஆனால் சுமியில் பின்னாளில் ஜென் பௌத்தத்தின் பார்வைகள் ஊடுருவின. ஜென் பௌத்த மரபின் தரிசனங்களான எளிமையான இருத்தல், தடையில்லாமல் திகழ்தல் ஆகியவற்றுக்கான குறியீடாக மூங்கில் இலைகள் உருமாறின. ஜப்பானிலிருந்து எதையாவது ஒன்றை அடையாளமாக வாங்கி வரவேண்டுமென்றால் மூங்கில் ஓவியத்தைத்தான் என்று சொல்லவேண்டும்.

- 12 -

தலைநகரங்களில் அரசர்களின் அரண்மனைகள் இருப்பது வழக்கமாகக் காணக்கிடைப்பது. அவை சுற்றுலாத்தலங்களாக மாறிவிட்டிருக்கும். யானை கோமாளிவேடம் அணிந்து சர்க்கஸ் வளையத்துக்கு வருவதுபோன்றது அது. அரண்மனை என்றாலே அரண் கொண்ட இல்லம்தான். அது காட்சியிடமாகும்போது அங்கே அரண் இல்லை. எஞ்சுவது வெறும் மனை.

நான் பார்த்தவற்றில் மலைப்பூட்டிய அரண்மனை பிரான்ஸின் வெர்ஸேல்ஸ் அரண்மனை. அது கலைக்கூடம், அருங்காட்சியகம், சிறை, நினைவில்லம் ஆகியவற்றின் கலவை. மிக எளிமையாக இருந்தது இந்தோனேஷியாவில் யோக்யகர்த்தாவில் கண்ட சுல்தானின் அரண்மனை. நம்மூர் பண்ணையார் வீடு போல் இருந்தது. பெய்ஜிங்கின் தடைசெய்யப்பட்ட நகரின் அரண்மனைதான் மிகப்பிரம்மாண்டமானது என்பார்கள். அதை பெர்ட்னட்டோ பெர்ட்லுச்சியின் 'லாஸ்ட் எம்பரர்' படத்தில் பார்த்திருக்கிறேன். அவ்வரண்மனைக்கு அதன் கடைசி சக்கரவர்த்தி எளிய மனிதராக பயணிகளுடன் வந்து பார்வையிடுவார். அவர் குழந்தையாக இருக்கையில் அரியணை இடுக்கில் மறைத்துவைத்த ஒரு பூச்சியை எடுப்பார்.

டோக்கியோவின் அரண்மனைதான் நகரின் மையம். ஆனால் சந்தடிகள் இல்லாமல் காக்கிறார்கள். ஜப்பானியச் சக்கரவர்த்தி அந்த அரண்மனையில் தங்கியிருப்பதாக சடங்கு. அதாவது அவருடைய புகழுடலின் ஒரு பகுதி அங்கு உள்ளது. மிகப்பெரிய கற்களைத் தூக்கி வைத்து கட்டப்பட்ட உயரம் குறைவான கோட்டைச்சுவர். அதைச் சுற்றி அகழி. உள்ளே செல்லும் வாயில் மடிந்து மடிந்து செல்லும் அமைப்பு கொண்டது. உள்ளே இருக்கும் ஜப்பானிய பாணி கட்டடமே

டோக்கியோ
இம்பீரியல்
அரண்மனை

அரண்மனை. நாங்கள் சென்றது உள்ளே சென்று பார்க்கும் பொழுது அல்ல. ஆகவே அதைச் சுற்றி நடந்து பார்த்தோம். எல்லா அரண்மனை களுக்கும் உரிய 'பழைய நெனைப்புடா பேராண்டி' பாவனையில் அமைந்திருந்தது.

அரண்மனையின் முக்கியமான சிறப்பம்சமாக நான் கண்டது அதைச் சூழ்ந்து நிறைந்திருந்த செடிகளும் மரங்களும். குன்றின்மேல் அமைந்திருந்த ஓர் அரண்மனைக் கட்டடம் மரங்களால் ஏந்தப்பட்டிருப்பதாகவே தோன்றியது. பொதுவாக அரண்மனைகள் உருவாக்கும் ஒவ்வாமைகளை முழுமையாக இல்லாமலாக்கியது அந்த மரங்களின் கூட்டம். மக்கள்மேல் அல்ல இயற்கைமேல் அந்த அரண்மனை அமைந்திருக்கிறது என்று தோன்றியது.

எடோ என டோக்கியோ முன்பு அழைக்கப்பட்டது. இது எடோ மலைக்கோட்டை என்று அழைக்கப்பட்டது. 1868-ல் ஜப்பானியச் சக்கரவர்த்தி கியோட்டோவில் இருந்து இங்கு தங்குமிடத்தை மாற்றிக் கொண்டார். இப்போதிருக்கும் அரண்மனை பலமுறை பழுதுபார்க்கப் பட்டது. இறுதியாக உலகப்போரின்போதும் இது சிதைக்கப்பட்டு மீண்டும் கட்டப்பட்டது. அரண்மனையின் சிறிய அருங்காட்சி யகத்தை பார்த்தோம். பழைய கோட்டையின் பார்வை மேடையில் ஏறி நின்று சுற்றிலும் நோக்கினோம். மாலையில் மென்மழை தூவிக் கொண்டிருந்தமையால் பொழுது மறைந்துவிட்டிருந்தது. அரண்மனைக்கும் அன்று பார்வையாளர்கள் என எவருமில்லை. தனிமையில் ஒரு பழைய அரண்மனைச் சூழலில் நின்றிருப்பது எடித் வார்ட்டன் கதைகளின் ஒரு காட்சி போலத் தோன்றியது.

பழைய ஜப்பானியக் கட்டடக் கலையின்படி செம்புமூங்கில்கூரை கொண்ட கட்டடம். மழைத்துளிகள் விளிம்புகளில் இருந்து சொட்டிக் கொண்டிருந்தன. கோட்டையைப் பார்க்கையில் ஜப்பானில் அக்காலத்தில் மிகப்பெரிய எண்ணிக்கையில் படைகள் இருக்கவில்லை என்பதும், முற்றுகை போன்ற போர்முறைகள் பெரிதாக இல்லை என்பதும் தெரிந்தது. ஜப்பானின் மக்கள்தொகை குறைவு என்பதனால்தான் போர்க்கலைகள் அவ்வளவுதூரம் பயிலப்பட்டன. எண்ணிக்கையை ஆற்றலாலும் பயிற்சியாலும் ஈடுகட்டினர். சிறியதாக ஆனமையால் பாம்பு நஞ்சு கொள்வதுபோல.

வெளிநாட்டுப் படையெடுப்பையும் ஜப்பான் பெரிதாகச் சந்தித்தது இல்லை என்றுதான் சொல்லவேண்டும். கடல் ஜப்பானின் கோட்டை. கடல்கடந்து வந்து தாக்கும் அளவுக்கு கப்பல்படைகொண்ட நாடுகளே ஜப்பானை வெல்ல முடியும். சீனா தவிர எந்த நாட்டுக்கும் பழங்காலத்தில் அந்த ஆற்றல் இருக்கவில்லை.

1378 முதல் *1425* வரை சீனாவை ஆண்ட சக்கரவர்த்தி ஹோங்ஸி (Hongxi) சீனாவின் மாபெரும் கப்பல்படையை தீவைத்து எரித்து அழிக்க ஆணையிட்டார். சீனாவின் வாயில்கள் அன்னியருக்கு மூடப்பட்டன. அன்று உலகம் முழுக்க இருந்த மொத்த கப்பல்களை விடவும் சீனாவின் கப்பல்களின் எண்ணிக்கை மிகுதி எனச் சொல்லப் படுவதுண்டு. ஹோங்ஸியின் அந்த முடிவு உலக வரலாற்றையே திசைதிருப்பியது. சீனா உலகப்பேரரசாக ஆக மேலும் எழுநூறு ஆண்டுகள் பிந்தியது. ஹோங்ஸி உளச்சிதைவுநோய் கொண்டவர் என்று இன்று சொல்கிறார்கள்.

ஹோங்ஸியின் அந்த முடிவு ஜப்பானின் மிகப் பெரிய நல்லூழாக அமைந்தது. ஜப்பான் எதிரியே இல்லாத நாடாக ஆகியது. உலகப் போர் காலகட்டத்தில் சீனா வலு குன்றி இருக்க யானையை சிறுத்தை அடித்துக் கொல்வதுபோல ஜப்பான் சீனாவை நொறுக்கியது. சில நூறாண்டுகள் ஜப்பான் மஞ்சூரியாவை தன் வேட்டைநிலமாகவே கொண்டிருந்தது. அறுதியாக உலகப்போரில் நான்கிங் நகரத்தில் நிகழ்ந்தது போன்ற மாபெரும் மானுட அழிவுகளையும் ஜப்பான் உருவாக்கியது.

அரண்மனைக்கு சற்று அப்பாலுள்ள யாசுகுனி (Yasukuni) என்னும் ஷிண்டோ ஆலயத்துக்குச் சென்றோம். *1869*-ல் சக்கரவர்த்தி மெய்ஜி

யாசுகுனி ஷிண்டோ ஆலயம்

ஜப்பானிய ராணுவத்தின் தந்தை என அழைக்கப்படும் ஒமுரா மசாஜிரா

யின் காலகட்டத்தில் இது கட்டப்பட்டது. மெய்ஜி ஜப்பானை நவீனப் படுத்தியவர். ஜப்பானிய ஆலயங்களை மறுசீரமைப்பு செய்தவர். முதல் இந்தோ-சீன போரின்போது இது ஜப்பானுக்காக உயிர்நீத்த போர்வீரர்களின் நினைவிடமாக ஆகியது. இன்றுவரை போர்நினை விடமாக நீடிக்கிறது. உலகப்போரில் கொல்லப்பட்ட வீரர்களுக்கும் இங்கே நினைவிடங்கள் உள்ளன. 2,466,532 வீரர்களின் பெயர்கள் இங்கே ஆவணப்படுத்தப்பட்டுள்ளன.

இவர்களில் 1068 பேர் உலகப்போரில் பெரிய மானுட அழிவுகளை உருவாக்கியவர்கள். 14 பேர் சர்வதேச போர்க்குற்றவாளிகளாக அறிவிக்கப்பட்டவர்கள். இது தொடர்ச்சியாக உலகக் கண்டனத்தை உருவாக்கிக் கொண்டிருக்கிறது. குறிப்பாக ஐரோப்பிய நாடுகளின் தூதர்கள் அல்லது அதிபர்கள் இங்கு வந்தால் ஐரோப்பிய ஊடகங்களில் கடுமையான எதிர்ப்பு உருவாகிறது. பிலிப்பைன்ஸ், கொரியா, தாய்வான், மலேசியா போன்ற நாடுகள் அதிகாரபூர்வ கண்டனங்களைத் தெரிவிக்கின்றன.

யாசுகுனி ஆலயம் செல்லும் வழியில் ஜப்பானிய ராணுவத்தின் தந்தை என அழைக்கப்படும் ஒமுரா மசாஜிரா (Omura Masajiro) அவர்களின் சிலை உள்ளது. மேற்கத்திய பாணியில் அமைக்கப்பட்ட முதல் சிலை என்கிறார்கள். வெண்கலச்சிலை. பச்சைக் களிம்பேறியது. களிம்புப் பச்சைதான் வரலாற்றின் வண்ணம். போர்வீரருக்குரிய கம்பீரமான நிலை. கிளம்புங்கள் என ஆணையிடும் தோற்றம்.

நான் கவனித்தது அவருடைய மிகப் பெரிய புருவங்களை. அத்தகைய புருவங்கள் இயல்பானவை அல்ல. அவை ஒட்டப்பட்டவை என நினைக்கிறேன். பிரிட்டிஷ் பொய்முடிகள் போல, இந்திய மீசைகள் போல ஜப்பானில் பொய்ப்புருவங்கள் ஆண்மையின், அரசகுடித் தன்மையின் அடையாளமாகக் கருதப்பட்டிருக்கலாம். பொது வாகவே ஜப்பானியர்களின் புருவங்கள் அடர்த்தியானவை அல்ல. மீசை அனேகமாக கிடையாது. உதடுகளுக்குமேல் ஒரு மயிர்ப்பூச்சையே மீசை என்கிறார்கள். காமகுராவின் கன்னோன் போதிசத்வருக்கு ஒற்றைவரி மீசை இருந்தது.

அக்காலத்தைய பிரபுக்கள் தலையை முன்வழுக்கை போல மழித்துக்கொண்டிருக்கிறார்கள். இது மிகப் பெரிய நெற்றியை அளிக்கிறது. குண்டாக உருண்டை முகத்துடன் இருப்பது உயர்குடி இயல்பு என கருதப்பட்டிருக்கிறது. குடுமியை ஒருவகையில் மடித்து கொண்டையாகக் கட்டி வைத்திருக்கிறார்கள். பர்கரில் சீஸை மடித்து வைப்பதுபோல தோன்றுகிறது. கொண்டையில் கொண்டை ஊசி குத்தி வைக்கப்பட்டிருக்கும். ஜப்பானியர்களுக்கு குரல்வளைகள்

பெரிதாக இருக்கின்றன. அடித்தொண்டை உச்சரிப்பு அதற்கு உகந்ததாக உள்ளது. மொழியும் அடிக்குரலில் பேசுவதற்கு உரியதாக வடிவமைக்கப்பட்டுள்ளது.

இங்கே போரில் ஈடுபட்ட புரவிகளுக்கும் நாய்களுக்கும் நினைவுச் சின்னங்கள் அமைந்துள்ளன. அது மிகச் சிறந்த ஒரு செயல் என்பது என் எண்ணம். பொதுவாக போர்ப்புரவிகள் நினைவுகூரப்படு கின்றன. நாய்கள் எப்போதுமே பொருட்படுத்தப்படுவதில்லை. நானறிந்து மகாராஷ்டிராவில் ராய்கர் கோட்டையில் சிவாஜியின் நாயின் சிலை உள்ளது. நேர் எதிரில் அமர்ந்து அன்பு மிளிரும் விழிகளால் அவரை நோக்கிக்கொண்டிருக்கிறது.

இப்போர்களைப் பற்றி நாய்களுக்கு ஏதும் தெரியாது. இந்நினைவுச் சின்னம் பற்றியும் தெரியாது. நாம் நம் தேவைக்காக அவற்றைக் கொன்றோம் என்பதை நமக்கே சொல்லிக்கொள்வதற்காகவாவது இவை இருக்கட்டும்.

இங்கே ஓர் இந்தியருக்கு நினைவுச்சின்னம் உள்ளது. ஆர்.பி.பால் என்னும் ராதா பினோத் பால் *'1886 -1967'* வங்கத்தில் பிறந்தவர். பிரிட்டிஷ் இந்தியாவில் நீதிபதியாக இருந்தார். 1952 முதல் 1966 வரை ஐக்கியநாடுகள் சபையின் சர்வதேசச் சட்டக் கழகத்தின் உறுப்பினராக

நீதிபதி ராதா பினோத் பாலின் நினைவுச்சின்னம்

இருந்தார். தூரக்கிழக்கு நாடுகளுக்கான சர்வதேச ராணுவ விசாரணை சபையில் இருந்த ஆசிய நீதிபதிகளில் ஒருவர். ஜப்பானியப் போர்க்குற்றவாளிகளை விசாரித்த டோக்கியோ விசாரணைகளில் அவரும் இருந்தார். அவருடைய தீர்ப்பு பிற நீதிபதிகளின் தீர்ப்புக்கு மாறாக தனித்து ஒலித்தது.

பிற நீதிபதிகள் ஜப்பானிய ராணுவ வீரர்களைப் போர்க்குற்றவாளிகளாக அறிவித்தபோது ராதாபினோத் பால் அவ்வாறு கருதவில்லை. படைவீரனின் கடமை என்பது ஆணைகளுக்கு ஏற்ப போர்புரிவது மட்டுமே என்றும் அதுவே அவனுடைய ஒழுக்கம் என்றும் அவர் சொன்னார். அறச்சிக்கல்களை முடிவெடுக்கவேண்டியது அரசும் படைத்தலைமையும்தானே ஒழிய படைவீரன் அல்ல. போர் என ஒன்று தேவையா, நாடுகளுக்குப் படைகள் தேவையா என்பது வேறு கேள்வி. போரில் அழிவுகள் நிகழவேண்டுமா என்பது மானுட அறப்பிரச்னை. ஆனால் போர் தேவை என்றால் படைவீரன் ஆணைக்கு ஏற்ப செயல்படுபவனாகவே இருக்கமுடியும். அரசின் அறவீழ்ச்சிகளுக்கு ராணுவவீரர்களை பலியாடுகள் ஆக்கக்கூடாது. ஏனென்றால் போர்வீரனுக்கு ஆணைகளை மறுக்கும் உரிமை இல்லை. ஆர்.பி.பால் ஜப்பானிய உணர்வுகளைப் புரிந்துகொண்டவராகக் கருதப்படுகிறார். ஆகவே அவருக்கு அங்கே ஒரு நினைவிடம் அமைக்கப்பட்டுள்ளது.

பொதுவாக வங்கத்தவருக்கு ஜப்பான் மேல் ஈர்ப்பு மிகுதி. அதற்குக் காரணம் ராஷ்பிகாரி போஸ் மற்றும் சுபாஷ் சந்திர போஸ். ராதா பினோத் பால் தனித்த குரலாக ஒலித்தமைக்கு அதுவும் காரணமாக இருக்கக்கூடும். எதுவாக இருந்தாலும் அங்கே ஓர் இந்தியரின் நினைவிடத்தைக் காண மகிழ்ச்சியாகவே இருந்தது.

ராஷ் பிகாரி போஸ் 1886ல்-ல் வங்காளத்தில் பிறந்தவர். ஃப்ரான்ஸிலும் ஜெர்மனியிலும் மருத்துவம் மற்றும் பொறியியலில் பட்டப்படிப்பு முடித்தார். கல்கத்தாவில் மார்ட்டன் பள்ளியில் பணியாற்றுகையில் தேசியப் போராட்டத்தில் ஈடுபட்டார். தொடக்கம் முதலே அவருடைய வழி வன்முறையாக இருந்தது. பிரிட்டிஷ் உளவுத் துறையிடமிருந்து தப்பி 1915ல் ஜப்பானுக்கு வந்தார். அங்கே இந்தியன் இண்டிப்பெண்டன்ஸ் லீக் அமைப்பை உருவாக்கினார். பின்னர் 1942ல் ஐ.என்.ஏ 'இந்திய தேசிய ராணுவம்' அவரால் நிறுவப்பட்டது. ராஷ்பிகாரி போஸ் முதுமையடைந்திருந்தமையால் அந்த ராணுவத்தின் பொறுப்பு 1943-ல் ஜப்பானுக்குத் தப்பி வந்த சுபாஷ் சந்திர போஸுக்கு வழங்கப்பட்டது.

ஜப்பானியர்களின் அரச பக்தி புகழ்பெற்றது. உலகப் போரில் ஜப்பானியச் சக்கரவர்த்தி சரண் அடைந்தபோது தங்கள் இழப்புகளை

விட அவர் அடைந்த இழிவை எண்ணியே ஜப்பானியர் கண்ணீர் விட்டார்கள் என்று சொல்லப்படுவதுண்டு. இன்றும் அந்த அரச பக்தி தொடர்கிறது. இன்றைய அரசரும் அவர்களின் தெய்வ வடிவம்தான். இவ்வாண்டு அரசர் முடிதுறந்து புதிய அரசர் நாருஹிதோ முடி ஏற்கிறார். ஆகவே ஆண்டுக்கணக்கையே இந்த ஆண்டில் இருந்து தொடங்குகிறார்கள்.

அரச பக்தியே ஜப்பானில் தேசபக்தியாக உருமாறியிருக்கிறது. ஜப்பான் நவீன ஜனநாயகத்துக்கான அரசியல் இயக்கங்கள் ஏதும் நிகழாத நிலம். உலகப்போரின் தோல்வியால் மன்னராட்சியில் இருந்து நேரடியாக ஜனநாயகத்துக்கு வந்தது. மன்னராட்சியை குறியீட்டு அரசாகக் கொண்ட ஜனநாயகம்- பிரிட்டன் போல.

தோராயமான எண்ணம்தான் இது. ஜனநாயகத்துக்கான இயக்கங்கள் தேசபக்திக்கும் எதிரானவையாக, தனிமனித உரிமையை அதிகமாக வலியுறுத்துவனவாக, அதன் விளைவாக அரசின்மைவாதத்தின் எல்லை வரைச் செல்வனவாக அமைகின்றனவா? குறிப்பாக இந்தியாவில் நிகழ்ந்ததுபோன்ற ஐரோப்பிய பாணி ஜனநாயகப் போராட்டங்கள்? காந்திய இயக்கத்தில் ஓர் அரசின்மைவாதம் உள்ளது; அது அடிப்படையில் தேசியவாதத்திற்கு எதிரானது. இதைச் சொன்னவர் அம்பேத்கர். சுதந்திரத்துக்குப் பின் காந்திய வழியிலான போராட்டங்கள் தொடரக்கூடாது என அவர் எழுதினார்.

இந்தியாவில் சாமானியர்களிடம் ஓர் அரசின்மைவாதம் உள்ளது. முடிந்தவரை நாம் சட்டங்களை எதிர்க்கிறோம். புல்வெளியில் நடக்காதே என அறிவிப்பு இருந்தால் அருகே காவலன் இருக்கிறானா என்றுதான் பார்க்கிறோம். இல்லை என்றால் உடனே புல்வெளிமேல் ஏறுகிறோம். சிறுகுழந்தைகளுக்குக்கூட இந்த உளநிலையைப் பயிற்றுவிக்கிறோம். தேசப்பற்று என்பதை இழிவாகவே எண்ணுகிறோம். தேச எதிர்ப்புப் பேச்சு அறிவுஜீவித்தனம் என கருதுகிறோம். இந்தியர்கள் தேசபக்தியில் திளைப்பது அமெரிக்கா, சிங்கப்பூர் போன்ற நாடுகளின் குடிமக்களாக அவர்கள் ஆகும்போது தான். அந்த நாடுகளின் அர்ப்பணிக்கப்பட்ட குடிமக்களாக அவர்கள் ஐம்புலன்களாலும் ஆத்மாவாலும் மாறிவிடுகிறார்கள்.

அரசு ஆற்றலிழப்பது ஒரு முற்போக்கான நகர்வே. ஆனால் அரசியல் பொருளியல் எல்லா தளத்திலும் இன்றும் நாடுகள் என்னும் அமைப்புதான் ஆற்றல்மிக்கதாகச் செயல்படுகிறது. அரசு அமைப்பு ஆற்றலிழந்தால் ஒரு நாடு இன்னொன்றால் சூறையாடப்படுகிறது. அரசு என்னும் அமைப்பு தேசம் என்னும் உணர்வின் புறவய

வெளிப்பாடு. தேசப்பற்று குறையும் நாட்டில் அரசு ஆற்றலிழக்கும். அரசின் ஆற்றல்களும் செல்வமும் தேச ஒற்றுமைக்காகவே வீணடிக்கப்படும். இது ஒரு நடைமுறை உண்மையாக இருக்கையில் தேசபக்தி என்பது பெரிய அரசியல் - பொருளியல் ஆயுதம், ஒரு தேசியச் செல்வம் என்றும் தேச மறுப்பு மிகப்பெரிய எதிர்விசை என்றும் தோன்றுகிறது.

மீண்டும் சொல்கிறேன், நான் கிறுக்குத்தனமான தேசபக்தியை, தேசத்தின் பழைமையைக் கொண்டாடுவதைச் சொல்லவில்லை. தேசத்தை ஏதேனும் ஓர் அடையாளத்தைக்கொண்டு குறுக்கிக்கொள் வதைச் சொல்லவில்லை. அது தேசத்துக்குள் பிரிவினையை உருவாக்கி அழிவு நோக்கிக் கொண்டுசெல்லும். ஒரு மக்கள்கூட்டம் ஒரு நவீனத் தேசமாக பல்வேறு வரலாற்று,பொருளியல், நிலவியல் காரணங்களுக்காகச் சேர்ந்து வாழ்வதையே குறிப்பிடுகிறேன். இந்தியாவின் ஆற்றலில் செல்வத்தில் மிகப் பெரிய பங்கு தேசிய எதிர்ப்பை எதிர்கொள்ளவே செலவிடப்படுகிறது. தேசமறுப்பு என்பது நம்மை நண்டுகள் ஒன்றையொன்று பற்றிக்கொண்டு வெளியேற முடியாமல் ஆவதுபோல் சிக்கவைத்திருக்கிறதா?

ஜப்பான் போன்ற சிறிய நாடுகளின் தேசபக்தி அவற்றை மிக உச்சத்துக்குக் கொண்டுசெல்கிறது. நம்மிடமிருக்கும் ஜனநாயகம் நமக்கு ஒத்திசைவின்மையை, அவநம்பிக்கையை, பொறுப் பின்மையை மட்டுமே அளித்துள்ளதா என்ன? நம் அரசியல் நமக்கு எதையுமே செய்யமுடியாத ஒரு மாபெரும் அராஜகவெளியை மட்டுமே உருவாக்கித் தந்துள்ளதா?

- 13 -

காமகுரா ஜப்பானின் வரலாற்றின் அடித்தளத்தில் மண்ணில் படிந்து கிடக்கும் நகரம். ஜப்பானிய வரலாறே அதிலிருந்துதான் தொடங்கு கிறது. ஒப்புநோக்க நம்முடைய மாநகர் மதுரைக்கு நிகரானது. மதுரை இரண்டாயிரம் ஆண்டுகளாகத் தொடர்ச்சியாக பெருநகராகவும் தலைநகராகவும் திகழ்ந்திருக்கிறது. காமகுரா கிபி இரண்டாம் நூற்றாண்டு வாக்கில் ஜப்பானின் அதிகாரமையமாகத் திகழ்ந்து தலைநகரமாக ஆகி ஏழாம் நூற்றாண்டுவரை தொடர்ந்திருக்கிறது. அதாவது சங்க காலத்திலிருந்து களப்பிரர் காலம் முடிய என்று எண்ணிக்கொள்ளலாம். இன்று சுற்றுலா நகரமாக காமகுரா திகழ்கிறது.

காமகுரா ஜப்பானின் தலைநகரமாக ஆனமைக்கு முதன்மைக் காரணம் அது கடலோரமாக இருந்ததுதான். அது தொன்மையான துறைமுகம்; பழைய கடலோடிகளின் வணிக மையம். காமகுராவின் மனிதக் குடியிருப்பு பத்தாயிரம் ஆண்டு தொன்மையானது. இங்கே பழைய கற்காலக் கருவிகள் கிடைத்துள்ளன. அன்று கடல் மேலும் ஏறியிருந் தமையால் அருகிலுள்ள குன்றுகளில்தான் வணிகமையங்கள் இருந்திருக்கின்றன. அங்கே கிமு 500 முதல் தொடர்ச்சியாக வணிகம் நிகழ்ந்துள்ளது என்பதைக் காட்டும் பானை உடைசல்கள் கிடைத்துள்ளன. பானைகள் விற்கும் இடம் என்ற வேரிலிருந்தே காமகுரா என்னும் பெயர் வந்துள்ளது.

காமகுராவின் வரலாற்றை மேலோட்டமாக வாசித்துப் பார்த்தேன். ஒரே ரத்தக்களறி. ஒன்றும் நினைவில் நிற்கவில்லை. ஜப்பானுடன் வணிகம் செய்த அயல் வணிகர்கள் விரும்பும் இடமாக காமகுரா இருந்திருக்கிறது. சீனப் பீங்கான் வணிகம் வழியாக செல்வம் வந்துள்ளது. மெல்லமெல்ல காமகுரா ஒரு அதிகார மையமாக

ஆகியது. அதைக் கைப்பற்ற எல்லா வணிகக்குழுக்களும் இனக்குழுக்களும் முயன்றன. தொடர்ச்சியான அதிகார மாற்றங் களுடன் காமகுரா கிபி 700 வரை ஜப்பானிய அரசியலின் தலைமை நகரமாக இருந்தது. அதன்பின் நாராவுக்கு தலைநகர் மாற்றப்பட்டது. அங்கிருந்து கியோட்டோவுக்கு. இறுதியாக டோக்கியோவுக்கு.

ஆனால் டோக்கியோ தலைநகரமாக ஆனபின்னரும்கூட அடுத்த ஆயிரம் ஆண்டுகள் காமகுரா குருதி உலராத நிலமாகவே இருந்திருக்கிறது. சாமுராய் பண்பாடு உருவாகி காமகுராவில் ஷோகன்கள் ஆட்சி செய்ய தொடங்கினர். அந்நகரைக் கைப்பற்ற அவர்களுக்கிடையே தொடர்ச்சியான போர்கள் நிகழ்ந்தன. ஜப்பானிய பண்டைய இலக்கியத்தின் கொடூரமான போர்க்கதைகள், நாடகங்கள் காமகுராவின் ஷோகன்களுக்கு நடுவே நிகழ்ந்தவை.

சாமுராய் கலாசாரம் என்பது ஜப்பானின் அடையாளமாக திரைப்படங் கள் வழியாக உலகமெங்கும் நிலைநிறுத்தப்பட்டது. சாமுராய் என்பது அரசகுலத்தவரின் காவலர்கள் என்னும் பொருள் உள்ள சொல். கிபி 9 ஆம் நூற்றாண்டின் ஜப்பானிய இலக்கியங்களில் இச்சொல் பயின்று வருகிறது. சாமுராய்கள் பின்னர் படைப்பயிற்சி கொண்ட ஒருவகை யான கூலிப்படைகள் என ஆனார்கள். தங்கள் கௌரவத்துக்காகவும் தங்களை அமர்த்திக்கொள்பவர்களுக்காகவும் போரிடும் இவர்கள் வேறு வேலைகள் செய்வதில்லை. போர்வாய்ப்புகள் இல்லாதபோது கொள்ளையும் புரிவார்கள்.

பின்னாளில் ஜப்பானிய அரசியலை முடிவுசெய்யும் விசையாக சாமுராய்கள் விளங்கினார்கள். ஆனால் உண்மை அவ்வாறல்ல என்றும், அவர்கள் அலைந்து திரியும் நாடோடி கூலிப்படையினரே என்றும், அவர்களுக்கும் அரசபடையினருக்கும் மிகப் பெரிய வேறுபாடு உண்டு என்றும், பிற்காலத்தில்தான் சாமுராய் கலாச்சாரம் மிகைப்படுத்தப்பட்டு கதைகளாக மாறியது என்றும் ஒரு கூற்று உண்டு. மேலைநாட்டவரின் ஆர்வத்தினால் மிகையாக்கப்பட்டதே சாமுராய் கலாச்சாரம் என்றும் வாசித்திருக்கிறேன்.

சாமுராய்களைப்போல நம்மிடம் போர்வீரர்கள் உண்டா? உலகம் முழுக்க சாமுராய்களைப்போல போருக்கெனவே உருவாக்கப்பட்ட குலங்கள் உண்டு. வேறெந்தத் தொழிலும் அறியாதவர்கள். போர்க் கலைகளை இளமையில் இருந்தே பயில்பவர்கள். தமிழகத்தில் மறவர்கள். பல நூற்றாண்டுக்காலம் அவர்கள் போர்வீரர்களாக மட்டுமே வாழ்ந்திருக்கிறார்கள். ஆகவே சாவு ஒரு பொருட்டாகவே இருக்கவில்லை. ‘இட்டெண்ணி தலைகொடுக்கும் மறவர்’ என நூல்கள் சொல்கின்றன.

தமிழ்ப்பேரரசுகள் மறைந்தபோது மறவர் படைகள் சிதறி வேறு வேறு ஊர்களில் குடியேறினர். அங்கே கொள்ளையர்களாக உருமாறினர். பணம் கொடுத்துக் காவலுக்கும் போருக்கும் அவர்களை அழைத்து வருவதைப்பற்றி திருவிதாங்கூர் வரலாற்று ஆவணங்களில் ஏராளமாகவே பதிவுசெய்யப்பட்டுள்ளது. உப்பு தொட்டு சத்தியம் செய்துவிட்டால் எதிர்ப்பக்கம் போருக்கு வருபவர் சொந்த உடன்பிறப்பே ஆனாலும் கொல்லத் தயங்கமாட்டார்கள் என பிரான்ஸிஸ் புக்கானன் பதிவுசெய்திருக்கிறார்.

வட இந்தியாவிலும் ராஜபுத்திர வீரர்கள், குறிப்பாக குஜ்ஜார்கள், இதேபோல பயிற்சி பெற்ற வீரர்களாகவும் பின்னர் கைவிடப்பட்ட படையினராகவும் இருந்து இறுதியில் கொள்ளையர்களாக மாறினர். சிதைந்த அரசுகளின் வீரர்கள் கொள்ளையர்களாக ஆவதைத் தவிர அன்று வேறு வழி இருக்கவில்லை. அவர்கள் அனைவரையுமே தக்கிகள் என ஒற்றை முத்திரையில் தொகுத்து வேட்டையாடி அழித்தது பிரிட்டிஷ் இந்திய அரசு. தமிழகத்திலும் மறவர்கள் குற்றப்பரம்பரை முத்திரை குத்தப்பட்டு ஒடுக்கப்பட்டார்கள்.

கேரளத்தில் சாமுராய்களுக்கு மிகமிக அணுக்கமான ஒரு குடி உள்ளது. அவர்கள் சேகவர்கள் எனப்படுகிறார்கள். இவர்கள் மிக விரிவான ஆயுதப்பயிற்சி கொண்டவர்கள். இவர்களுக்கு நாடும் அரசும் இல்லை. எவர் பணம் கொடுத்து வெற்றிலை கைமாற்றுகிறார்களோ அவர்களின் பொருட்டு போரிடுவார்கள். அரசர்களுக்காக பந்தயப் போர்களிலும் ஈடுபடுவார்கள். இவர்களின் போர்களையும் வெற்றி தோல்விகளையும் சூழ்ச்சிகளையும் பற்றிய வீரகதைப் பாடல்கள் பல உள்ளன. அவை வடக்கன் பாட்டுகள் எனப்படுகின்றன. அவற்றில் மதிலேரிக்கன்னி என்னும் நீள்பாடலை ஒரு வாய்மொழிக்காவியம் என்றே சொல்லலாம். அவை ஏராளமான சினிமாக்களாக வந்துள்ளன. ஆரோமலுண்ணி,கண்ணப்பனுண்ணி எனத் தொடங்கி ஒரு வடக்கன் வீரகதா வரை.

சாமுராய் ஓவியம்

கேரளச் சேகவர்கள் பழைய சுவர்ப்படம்

காமகுராவுக்கு இன்று சுற்றுலாக் கவர்ச்சி மிகுதி. ஏனென்றால் சாமுராய் என்றாலே அதுதான் ஞாபகம் வருகிறது. வெள்ளையர்கள் எங்கு பார்த்தாலும் நிறைந்திருந்தனர். ஆனால் சென்று இறங்கியதுமே வந்த ஏமாற்றம் அங்கே பழைமையே இல்லை என்பது. இந்தியாவின் ஒரு தொல்நகருக்குச் செல்கையில் அங்கே தொன்மை நேரடியாகவே காணக்கிடைக்கிறது. ஜப்பானிய தொல்நகர்களில் உள்ள தொன்மை என்பது அங்கே இருந்த தொன்மையின் சாயலில் புத்தம் புதிதாக நிறுவப்பட்டது. ஆகவே ஒருவகை 'மாடல்கள்' என்றுதான் எனக்குத் தோன்றிக்கொண்டிருந்தது.

காமகுரா பகுதியில் பிறந்த முக்கியமான ஆளுமைகள், எழுத்தாளர்கள், திரைக்கலைஞர்களின் பெயர்கள் அடங்கிய ஒரு வரைபடம் அங்கே வாங்கக் கிடைக்கிறது. குரோசோவா முதலிய பல முதன்மை ஆளுமைகள் அந்நகரையும் ஒட்டியுள்ள பகுதிகளிலும் பிறந்திருக்கிறார்கள். அவர்களுக்கு பழைய சாமுராய் கலாச்சாரத்தின்மீதும் ஜென் பௌத்தத்தின் மீதும் இத்தகைய ஒரு பெரும் ஈடுபாடு உருவாவதற்கு அந்த பிறப்புச் சூழல் காரணமாக அமைந்திருக்கலாம்.

போரின்போது விரிப்புக்குண்டுகளால் பெரும் சேதமடைந்த இந்நகர் அதன் பின்னர் கட்டி எழுப்பப்பட்டுள்ளது. ஆகவே பெரும்பாலும் புதிய நகரமாகவே இது தோன்றுகிறது. சொல்லப்போனால் ஓர் ஐரோப்பிய நகரம் போலவே உள்ளது. சுற்றுலா நகரமாகையால் நகர் முழுக்க பல இடங்களில் வண்டிகள் நிறுத்துவதற்கான இடங்கள் அமைக்கப்பட்டுள்ளன.

டாய்பிட்சு (Daibutsu) என்றால் பிரம்மாண்டமான புத்தர் என்று பொருள். காமகுராவில் கோடோகு இன் ஆலயத்தில் உள்ள டாய்பிட்சு சிலை உலகிலுள்ள மாபெரும் புத்தர் சிலைகளில் ஒன்று. வெண்கலத்தாலானது இது. அமிதாப புத்தர். ஞானமெனும் அமுதை வழங்குபவர். 1252-ல் உருவாக்கப்பட்டது இது. இதற்கு முன் இங்கே மரத்தாலான ஒரு மாபெரும் புத்தர் சிலை இருந்திருக்கிறது. இனாடா சிற்றரசியாலும் ஜோகோ டோடோமி என்னும் பிக்ஷுவாலும் நிதி திரட்டப்பட்டு அச்சிலை அமைக்கப்பட்டது.

1248-ல் அந்த மரத்தாலான சிலை ஒரு புயலால் அழிந்தது. ஆகவே ஜோகோ டோட்டோமி எதனாலும் அழிக்கப்படாத ஒரு புத்தர்சிலையை உருவாக்க அறைகூவினார். ஓனோ கோரோமோன் என்னும் சிற்பியால் இச்சிலை வார்க்கப்பட்டது எனப்படுகிறது. டாஞ்சி ஹிசாடோமோ என்பவர் இதன் சிற்பி என்ற எண்ணமும் உள்ளது. இது முன்பு பொன்பூச்சு கொண்டதாக இருந்துள்ளது. 1334-லும் 1369-லும் சுனாமியாலும் புயலாலும் இச்சிலையிருந்த ஆலயம்

அழிக்கப்பட்டது. மீண்டும் மீண்டும் கட்டப்பட்ட அந்தக் கூடம் 1498-ல் நில நடுக்கத்தால் அழிந்தது. அன்றுமுதல் சிலை வெட்ட வெளியிலேயே அமர்ந்திருக்கிறது. 1923-ல் ஒரு நிலநடுக்கத்தில் சிலையின் அடித்தளம் பழுதுபட்டது. அது மீண்டும் அமைக்கப் பட்டது. முன்பு சிலையின் அடித்தளத்தில் 32 வெண்கல தாமரை இதழ்கள் இருந்தன. இன்று நான்கு மட்டுமே எஞ்சியிருக்கின்றன.

இந்த புத்தர் சிலையை உலோகத்தாலான ஒரு கட்டடம் என்றே சொல்லிவிடலாம்.அடித்தளத்துடன் சேர்ந்து 43 அடி உயரமானது. அதாவது கிட்டத்தட்ட எட்டு ஆள் உயரம். 93 டன் எடை கொண்டது இது. இதன் பின்பகுதியில் உள்ளே சென்று பார்ப்பதற்கான வழியிருக்கிறது. புத்தரின் உள்ளே நுழைவதென்பது ஒரு விந்தையான அனுபவம்தான். நாங்கள் புத்தரின் இதயம் இருக்கும் பகுதி வரை சென்று நின்றோம். புத்தரின் இதயம் என்று பிரக்ஞா பாரமிதா சூத்ரம் கருதப்படுகிறது. மெய்ஞானம் குடிகொள்ளும் இடம் அந்த இடம் வரைக்கும் சென்று திரும்பிவந்தோம்.

•

ஹொகோகு ஜி (Hokoku-ji) ஆலயம் ரின்ஸாய் ஜென் மரபின் தொன்மையான ஆலயங்களில் ஒன்று. டெங்கன் எகோ (Tengan Eko) என்னும் துறவியால் 1334-ல் இது நிறுவப்பட்டது. மூங்கில் ஆலயம் என அழைக்கப்படுகிறது. மூங்கில் தோட்டங்களுக்குப் புகழ்பெற்றது இது. பொன்னிறத்திலும் பச்சை நிறத்திலும் இங்கே மூங்கில்கள் செறிந்துள்ளன. செங்குத்தாக வான் நோக்கி எழுந்த மூங்கில்கள் இந்த இடத்தில் புரிந்துகொள்ள முடியாத ஒரு நிறைவை அளிக்கின்றன. இந்தப் பச்சை மூங்கில்கள் பத்து ஆள் உயரத்துக்கு எழுந்தாலும் தளிர்கள் என்றே தோன்றச் செய்கின்றன. சிறு மூங்கில்கள் குட்டி யானையின் துதிக்கைபோல மண்ணுக்குள் இருந்து எழுவது அளிக்கும் நெகிழ்வு விந்தையானது.

இந்தத் தோட்டத்தை ஜப்பானிய ஜென் மரபின்படி அமைத்திருக் கிறார்கள். இதற்குள் உள்ள பூஞ்சைகள் பாசிகள் எல்லாமே தோட்டத் தின் பகுதிதான். கண்களை நிறைக்கும் பசுமை. மலைச்சரிவில் உள்ளது இந்த ஆலயம். மேலேறிப் படிகளினூடாக தோட்டத்தின் அடுக்குகளுக்குச் சென்று சுற்றிக் கீழிறங்கலாம். இதை வண்ண ஓவியமாக வரைந்தால் பச்சை வண்ணம் மட்டுமே தேவைப்படும். அதை வெவ்வேறு அழுத்தங்களில் பயன்படுத்தவேண்டும்.

பசுமை சூழ்ந்த மலைச்சரிவு நோக்க நோக்க உளம்கவர்வது. மலைவிளிம்பில் நின்று கீழே ஆழத்தில் காமகுராவின் புகழ்பெற்ற

கோடோகு இன் ஆலயத்தில் 43 அடி உயரம், 93 டன் எடை கொண்ட உலோகத்தாலான டாய்பிட்சு சிலை (பிரம்மாண்டமான புத்தர்)

டாய்பிட்சு சிலை - திறந்த ஜன்னல்களுடன் பின்புற பக்கம்

ஹொகோகு ஜி ஆலயம் - மணி கோபுரம்.
மூங்கில் ஆலயம் என்றும் அழைக்கப்படுகிறது.

ஹொகோகு ஜி ஆலயம் - மூங்கில் தோட்டம்.
இங்கு 2000 மூங்கில் மரங்களுக்கு மேல் உள்ளது.

கடற்கரையைப் பார்க்கலாம். அங்குதான் ஒரு காலத்தில் சீனப் படகுகள் பீங்கான்களுடன் வந்து கரை ஒதுங்கின. வானம் முகில்கணங்கள் ஒளிர விழிநிறைத்து கவிந்திருந்தது. நீலச்சுடர் கொண்ட கடல்வெளி. ஊழ்கத்துக்கு உகந்த இடம்தான், ஐயம் இல்லை. சமணக்குகைகளுக்குச் செல்லும்போதெல்லாம் இதை உணர்ந்திருக்கிறேன். அவற்றின் வாசல் விரிந்த நிலவெளியை நோக்கித் திறந்திருக்கும். அங்கே அமர்ந்து தொடுவான் வரை நோக்கினாலே ஊழ்கம் கைகூடும்.

செயற்கை மூங்கில் காடுகள் ஜப்பானில் இருந்து உலகமெங்கும் சென்ற இல்ல அணியமைப்பு. ஜப்பானிய மூங்கில்களில் முள் இல்லையென்பதனால் அது முற்றிலும் வேறு பொருள் கொண்டுவிடுகிறது. நமது ஊரில் உள்ள மூங்கில் முட்புதர்காடு. அணுகுவதற்கு அரியது. ஆகவே மிக விரைவில் செறிந்து தோட்டத்தை நிறைக்கும். ஏதோ ஒரு கட்டத்தில் அவற்றை நாம் வெட்டி அகற்ற வேண்டியிருக்கும். ஜப்பானிய பசுமூங்கில் நன்கு வளர்ந்து தொடையளவு பருமன் பெற்று வானளாவ இருந்தபோதும் கூட தளிர் என்றே தோன்ற செய்தது. மொட்டைமாடிகளில்கூட தொட்டிகளில் இந்த மூங்கில்களை வளர்க்கலாம்.

இங்கே ஷாகா நியோரை (Shaka Nyorai) என்னும் புத்தரின் சிலை உள்ளது. மைய தியான அறையின் எல்லையில் அமைந்துள்ளது இச்சிலை. ஷாகா என்ற சொல் சாக்ய என்பதன் மரூஉ ஆக இருக்கலாம். சாக்யமுனி புத்தர் என்றே பெரும்பாலான இடங்களில் புத்தர் குறிப்பிடப்படுகிறார். இங்குள்ள புத்தர் பெயர்கள் எவ்வகையில் பாலியில் இருந்து உருமாறி வந்தன என்பதைத் தனியாகவே ஆராயவேண்டும்.

இந்த ஜென் ஆலயத்தில்தான் பச்சைத் தேநீர் முதன் முதலில் சீனாவில் அறிமுகப்படுத்தப்பட்டது எனச் சொல்லப்படுகிறது. பசுந்தேநீர் அருந்தும் நிகழ்ச்சி ஒன்று அங்கே இருந்தது. தேநீர் இலவசம். வரிசையாக நின்று தேநீரைப் பெற்றுக்கொண்டோம். மலைப்படிகளில் ஏறி நின்று நடந்து சோர்ந்திருந்த அருண்மொழியிடம் உற்சாகம் உருவாகியது.

தேநீர் எனும்போது என் உள்ளத்தில் இருந்த சித்திரமே வேறு. அங்கு மிகத் தொன்மையான முறையில் பசுந்தேநீர் தயாரிக்கப்படுகிறது. தேயிலைச் செடியின் பசுதளிர்களைப் பறித்துவந்து ஒரு பீங்கான் கலுவத்திலிட்டு அரைத்து பச்சைக் குழம்பாக்கி அதை நீரில் கரைத்து அப்படியே தந்துவிடுகிறார்கள். ஒரு சிறு வெல்லக்கட்டி நாவில் தொட்டுக்கொள்ள.

முன்பு வயிற்றில் புண் இருந்தபோது நான் ஒரு மண்டல காலம் மணத்தக்காளி இலைகளின் சாறை இதைப்போல அருந்தியிருக்கிறேன். பசுந்தழையின் கசப்பும் தழைச்சுவையும் குமட்ட வைக்கும். ஒரே மூச்சில் குடித்து ஓர் உலுக்கு உலுக்கிக்கொள்வேன். கையில் வாங்கிவிட்டதால் குடிக்காமலும் இருக்க முடியவில்லை. ஆகவே சுவைத்துச் சுவைத்துக் குடித்தேன். அருண்மொழி சந்தடி சாக்கில் அவளுடைய கோப்பையில் இருந்து என் கோப்பைக்கு ஊற்றி என்னை ஊட்டினாள். மனைவியர் தங்கள் கசப்புகளை கணவர்களுக்கு அளிப்பது நியாயம்தானே?

இப்படித்தான் முதலில் தேநீரைக் குடித்திருக்கிறார்கள் என்பது விந்தையானது. மனிதனுக்கு நற்சுவைகளில் ஈடுபாடு இருக்கும் அளவுக்கு கசப்பிலும் துவர்ப்பிலும் ஈடுபாடு இருக்கிறது. விந்தையான கசப்புகளையும் துவர்ப்புகளையும் தேடித் தேடி சுவையெனச் சேர்த்து அருந்தி மகிழ்ந்திருக்கிறார்கள். தேநீர் அவ்வாறு தான் பயன்பாட்டுக்கு வந்திருக்கக்கூடும். உண்மையில் மானுடர் இன்று உண்பனவற்றில் இனிப்புச்சுவை கொண்டவை மிகக் குறைவே.

•

ஹசேதேரா (Hase-dera) என்னும் புத்தர் கோயில் இங்குள்ள குறிப்பிடத்தக்க போதிசத்வர் ஆலயம். இது பௌத்தத்தின் தெண்டாய் பிரிவின் ஆலயம் (Tendai). கிபி 729 வாக்கில் அமைக்கப்பட்டது. இன்று அனைவருக்கும் உரியதாகத் திகழ்கிறது.

இங்கே போதிசத்வர்கள் கன்னோன் என்கிறார்கள், சீனாவில் குன்யின் என்பதன் மரூஉ. போதிசத்வ வழிபாடு ஒருவகையில் அரச வழிபாடு தான். பல்வேறு குடித்தெய்வங்களும் தேவர்களும்கூட போதிசத்வர்களாக அமர்ந்திருக்கின்றார்கள். உலக அளவில் ஆயிரத்துக்கும் மேற்பட்ட போதிசத்வர்கள் உள்ளனர்.

போதிசத்வர் என்றால் புத்தராக ஆகும்நிலையில் உள்ளவர். அதாவது தேவர். இந்தியாவில் போதிசத்வர்கள் பொதுவாக இருவரே. போதிசத்வ பத்மபாணி, போதிசத்வ வஜ்ரபாணி. இரு அடிப்படைக் குறியீடுகளின் வடிவங்கள். போதிசத்வ பத்மபாணி கையில் தாமரை வைத்திருப்பார். யானையை ஊர்தியாகக் கொண்டிருப்பார். நீரின் தலைவர். போதிசத்வ வஜ்ரபாணி மின்னலைப் படைக்கலமாகக் கொண்டவர். புலி அவருடைய ஊர்தி. அனலவன்.

இவ்விரு இயல்புகளுமே பௌத்தத்துக்கு முன்னர் இந்திரனுக்குரியவை. இந்திரனை இரண்டாக்கி போதிசத்வர்களாக ஆக்கிக்கொண்டார்கள் என்று சொல்லலாம். அல்லது இந்திரனேகூட அதற்கு முன்பிருந்த

ஹசேதேரா புத்தர் கோயில்

தேவர்களின் வடிவங்களை ஒன்றாக்கி உருவாக்கிய உருவகம் எனலாம். உலகம் முழுக்க போதிசத்வர்கள் அங்குள்ள உள்ளூர் தேவர்களின் இயல்புகளைக் கொண்டவர்களாக, உள்ளூர் தெய்வங் களின் பெயர்களுடன் திகழ்கிறார்கள். ஆனால் வஜ்ரம், தாமரை ஆகியவை பொது அடையாளங்கள்.

பௌத்தம் உலகமெங்கும் பரவியதற்கு போதிசத்வர் என்னும் கருதுகோள் ஒரு காரணம். பௌத்தம் சென்ற இடங்களில் அங்குள்ள மக்கள் ஏற்கனவே வழிபட்டுக்கொண்டிருக்கும் பலநூறு தெய்வங்களை போதிசத்வர் என்னும் அடையாளத்துடன் உள்ளிழுத்துக்கொண்டது.

தமிழ்நாட்டிலும் கேரளத்திலும் உள்ள சாஸ்தாக்கள், அய்யனார்கள் இந்து நாட்டார் தெய்வங்களாக இருந்து போதிசத்வ வழிபாட்டுக்குள் புகுந்து பௌத்தம் வீழ்ந்தபின் வெளிவந்தவர்கள் என்பதை வஜ்ரம், பத்மம், புலி, யானை, சடா மகுடம், மும்முடி, யோக அமர்வு போன்ற பல அடையாளங்கள் தெளிவுறக் காட்டுகின்றன.

இந்த ஆலயத்தில் உள்ள மாபெரும் போதிசத்வர் சிலை புகழ்பெற்றது. இது திபெத்திய புத்தர் சிலைகளைப்போல மரத்தாலானது. அதன்மேல் தங்க ரேக்கு அமைக்கப்பட்டுள்ளது. அரசக்கோலம் கொண்ட சிலை. ஜப்பானின் மிகப் பெரிய மரச்சிலைகளில் ஒன்றும் 30 அடி உயரம் கொண்டது. பச்சைக் கற்பூர மரத்தால் செய்யப்பட்டது.

ஹசேதேரா ஆலயத்தில் தங்க ரேக்கு
அமைக்கப்பட்ட மரத்தாலான புத்தர்

11 தலைகள் கொண்ட இச்சிலை மெய்த்தேடலின் 11 படிநிலைகளைக் குறிப்பதாகச் சொல்லப்படுகிறது.

தொன்மங்களின்படி டோக்யுடோ (Tokudo) என்னும் பிக்ஷு கிபி 721-ல் இச்சிலையை உருவாக்கினார். அந்த பச்சைக் கற்பூரமரம்(சுகந்தமரம்) மிகப் பெரிதாகையால் இரண்டு சிலைகளை அவர் செய்தார். ஒன்று நாராவில் உள்ள ஹஸேதேரா ஆலயத்தில் நிறுவப்பட்டது. இன்னொன்று கடலில் வீசப்பட்டு ஊழ் வகுக்கும் இடத்தில் அது சென்று அமையட்டும் என விடப்பட்டது. அது இங்கே வந்து சேர்ந்து இந்த ஆலயத்தில் நிறுவப்பட்டது.

மிகப் பெரிய சிலை. திபெத்திய பௌத்தத்தின் புத்தர் சிலைகளை நினைவூட்டியது. கையில் மின்படை வைத்திருக்கிறது. நல்லூழுக்காக வும் போர்வெற்றிக்காகவும் வேண்டிக்கொள்ளவேண்டிய தெய்வம். புத்தரின் உலகியல் வடிவம்.

இங்குள்ள இன்னொரு போதிசத்வர் உள்ளூர் வழிபாட்டிலிருந்து பௌத்தத்துக்குள் நுழைந்தவர். க்சிதிகர்பர் (Ksitigarbha) என்று பெயர். பாலி மூலம் க்ஷிதிகர்ஃபர். குழந்தைகள் நலனுக்காகவும் பயணிகளின் நலனுக்காகவும் வழிபடப்படுபவர். ஜப்பானில் அவரை ஜிஸோ (Jizo-Do) என வழிபடுகிறார்கள். குழந்தைகள் நலம் பெறவும் இறந்த குழந்தைகள் விண்ணேகவும் அந்த போதிசத்வர் சிலையைச் செய்து ஆலயத்தில் வைக்கிறார்கள்.

ஜிஸோ சிலைகள் பிக்ஷு வடிவில் உள்ளன. அடுக்கடுக்கான சிலைகள். சில சிலைகளுக்கு ஸ்வெட்டர், ஸ்கார்ப் அணிவித்திருக்

கிறார்கள். சிலவற்றுக்கு மலர்கள் வைக்கப்பட்டுள்ளன. சில சிலைகள் அருகே சிறு குழந்தைகள் நின்றுகொண்டிருந்தன. சில சிலைகள் குழந்தைகளைத் தூக்கி வைத்துக்கொண்டிருந்தன. ஒவ்வொரு சிலையும் ஓர் இறந்த குழந்தையின் நினைவுகளெனத் தோன்றி அமைதியிழக்கச் செய்தது.

இந்த வழக்கம் கீழை உலகமெங்கும் உள்ளது என நினைக்கிறேன். நம்மூரில் பிறந்த குழந்தைகளின் நலனுக்காகவும் குழந்தை பிறக்கக் கோரியும் குட்டித்தொட்டில்கள் கட்டுவது தமிழகத்தில் உள்ள வழக்கம். குமரிமாவட்டத்தில் முத்தாலம்மன் கோயிலில் மண் சிலைகள் வாங்கி வைப்பார்கள். இதேபோலவே நூற்றுக்கணக்கான மண்சிலைகள் அங்கே அடுக்கப்பட்டிருக்கும்.

ஜப்பானை அணுக்கமாக நாம் உணர்வதற்கான காரணங்களில் இதுவும் ஒன்று. நாம் நன்கறிந்த நமது பண்பாட்டின் இன்னொரு வடிவை அங்கே காண்கிறோம். நம்பிக்கைகள், சடங்குகள், உடலசைவுகள் அனைத்திலும் வேறு ஒரு மண்ணில் வேறு ஒருவகை

ஹசேதேரா ஆலயத்தில் குழந்தைகள் நலம் பெறவும்
இறந்த குழந்தைகள் விண்ணேகவும் பெற்றோர்களால் வைக்கப்படும்
நூற்றுக்கணக்கான சிறிய ஜிஸோ புத்தர் சிலைகள்.

மானுடரில் நிகழ்ந்த நாம். உருமாறி அமர்ந்திருந்தாலும் புத்தர் நம்முடையவர். சொல் மாறிவிட்டிருந்தாலும் அத்தனை சிந்தனை களும் நம்முடையவை.

இங்கே Benten-kutsu என்று அழைக்கப்படும் செதுக்கு குகைத்தொடர் ஒன்று உள்ளது. ஆலயம் அமைந்திருக்கும் மலைச்சரிவின் படிவுப் பாறைப் பரப்பைக் குடைந்து உருவாக்கப்பட்டது. இந்த ஆலயம் உருவான காலத்திலேயே செதுக்கப்பட்டது. அக்கால ஜப்பானியர் களுக்காகச் செதுக்கப்பட்டிருக்கவேண்டும். மிகக் குள்ளமானது. உள்ளே மின்னொளி அமைக்கப்பட்டிருப்பதனால் முட்டிக்கொள்ளாமல் செல்ல முடியும். சொரசொரப்பான சுவர்கள். ஒன்றுடன் ஒன்று வெட்டிக்கொள்ளும் சுரங்கப்பாதையின் அறைகளில் வெவ்வேறு ஷிண்டோ மதத் தெய்வங்களும் புத்தர் சிலைகளும் உள்ளன.

அக்காலத்தில் இது தனிமைத் தவத்துக்கான இடமாக இருந்திருக்கலாம். லடாக்கிலும் ஸ்பிடி சமவெளியிலும் பௌத்த மடாலயங்களை ஒட்டி மலைக்குமேல் இதைப்போன்ற குகைகளைக் கண்டிருக்கிறேன். அவை பெரும்பாலும் கைவிடப்பட்ட நிலையில் இருக்கும். இவை இப்போதும் வழிபாட்டில் உள்ளன. சுற்றுலாப்பயணிகளுக்கும் ஆர்வ மூட்டுகின்றன.

ஆனால், குகைகள் எனக்கு எப்போதுமே ஒவ்வாமையையே உருவாக்குகின்றன. மண்ணுக்கு அடியில் புதைந்ததுபோல் ஓர் உணர்வு. மூச்சுத் திணறுவதுபோல. அங்கே ஊழ்கம் செய்தவர்கள் எதில் அமிழ்ந்திருந்தார்கள்? நான் ஊழ்கம் செய்வது மலைமுடிகளில் தான். சுற்றிலும் தொடுவான்கோடு வட்டமாக வளைத்திருக்க வேண்டும். வெறுமையும் செழுமையும் ஒரே போல என்னைச் சூழ்ந்து திரண்டிருக்கவேண்டும்.

- 14 -

ஒரு நகரை நாம் ஒற்றை நோக்கில் பார்க்க முடியாது. அதிலும் வரலாற்று நகர்களை ஒன்றன்மேல் ஒன்றென அடுக்கப்பட்டவை யாகவே பார்க்கவேண்டும். தொன்மையான வரலாற்று நகர்கள் பற்பல காலகட்டங்கள், பற்பல பண்பாட்டுத் தளங்கள் கொண்டவை. மதுரையைப் பார்க்க விழையும் ஒருவர் முதலில் மதுரையைச் சூழ்ந்திருக்கும் எண்பெருங்குன்றங்களைப் பார்க்கவேண்டும். மதுரையை வடிவமைத்த சமணப் பண்பாட்டிலிருந்து தொடங்கி அறுதியாக திருமலைநாயக்கர் மகால் வரை வந்து சேரவேண்டும். அதுவே மதுரையின் பரிணாமத்தை அறியும் வழி. ஆனால் இது ஒரு கீற்றுப்புரிதலை அடைவதற்கான பயணம்தான். இன்னொரு கோணத்தில் இன்றைய மதுரையிலேயே வெவ்வேறு பண்பாடு கொண்ட தெருக்களை பார்க்கலாம். அவை சமதலமாக விரிக்கப்பட்ட காலப்பரப்பு.

காமகுராவும் ஒற்றை நோக்கில் பார்க்கப்படவேண்டிய நகர் அல்ல. நாங்கள் அங்கே கண்டது துளிகளைத்தான். தொட்டுத்தொட்டு ஜப்பானைப் புரிந்துகொள்ள முயல்வது அது. தெரிந்த செய்திகளைக் கொண்டு கற்பனையில் விரித்து அறிவது அது. காமகுராவில் உள்ள சுருகாவோக்கா ஹச்சிமான்-கு (Tsurugaoka Hachiman-gu) என்னும் ஷிண்டோ கோவிலுக்குச் சென்றோம். சிவப்பு நிறமான இந்தக் கோவிலைப் பார்த்தபோது ஜப்பானியப் பண்பாட்டில் சிவப்புக்கு என்ன பொருள் என்னும் கேள்வி எழுந்தது. கதகளியில் சிவப்பு என்பது ரஜோ குணம்; அதாவது, தாக்கும்தன்மை, வெல்லும்விசை, ஆளும் திறன். சிவந்த தாடி கதைமாந்தர்கள் பொதுவாக அசுரர்கள், அரக்கர்கள். கதகளி இந்திய நாடக மரபின் இலக்கணங்களை அப்படியே பின்பற்றும் நாடகக் கலை.

சுருகாவோக்கா ஹச்சிமான்-கு - ஷிண்டோ கோவில்

நோ நாடகக் கலை - 14 ஆம் நூற்றாண்டிலிருந்து நிகழ்த்தப்படும் ஜப்பானிய நடன-நாடக வடிவம்

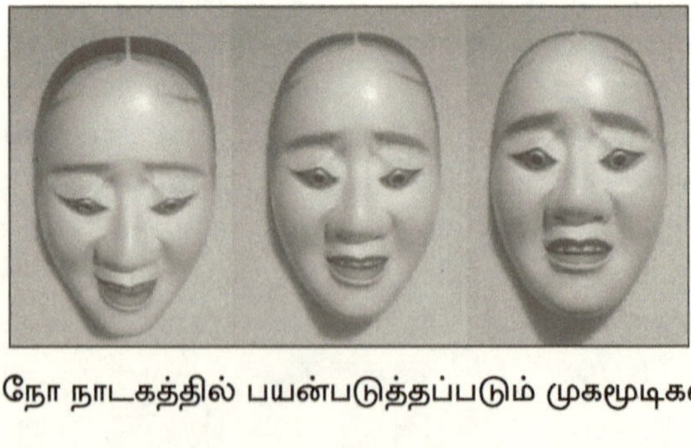

நோ நாடகத்தில் பயன்படுத்தப்படும் முகமூடிகள்

கதகளிக்கு நிகரான ஜப்பானிய அரங்ககலை என்பது நோ நாடகம் (Noh). இது தேவதைக் கதைகளும் மந்திரதந்திரக் கதைகளும் கலந்த இசைநாடக வடிவம். உலகமெங்கும் இத்தகைய மிகைக்கற்பனை நாடகங்களுக்கு முகமூடி முக்கியமானது.கதகளியில் முகமே முகமூடி போல் ஆக்கப்படுகிறது. நோ நாடகத்தில் முகமூடிகள் பயன்படுத்தப் படுகின்றன. முகமூடிகள் ஒற்றை உணர்ச்சியை நிலையாக, ஒரு பொருளாக ஆக்கி நிலைநிறுத்துகின்றன. முகமூடிகள் பயன்படுத்தப் படுவதனால் பெரும்பாலும் பாய்ந்து குதித்தும் கைகால் அசைவுகள் காட்டியும் உணர்ச்சிகள் தொடர்புறுத்தப்படுகின்றன. பெரும்பாலும் நடனமாகவே இது நிகழ்கிறது.

கதகளிக்கும் நோ நாடகத்துக்குமான இணைத்தன்மை வியப்புக் குரியது. அல்லது ஒருவேளை தொன்மையான இசைநாடகங்கள் இவ்வாறுதான் உருவாகி வந்திருக்கும்போலும். கதகளி கூடியாட்டம் என்னும் தொன்மையான நாடக அரங்கிலிருந்து உருவானது. நோ நாடகம் சருகாகு (Sarugaku) என்னும் நாடக வடிவிலிருந்து பிறந்தது. கதகளி சம்ஸ்கிருத நாடக இலக்கணப்படி அமைந்தது. நொ நாடகம் சீன இசைநாடகங்களின் இலக்கணத்தைப் பின்தொடர்வது.

கதகளியின் உருவாக்கத்தில் பல தனிநபர்களுக்குப் பங்களிப்பிருந்தா லும் கோட்டயத்துத் தம்புரான், கொட்டாரக்கர தம்புரான் எனப்படும் வீரகேரளவர்மா ஆகிய இருவரும் அதன் முதலாசிரியர்கள். நோ நாடகத்திலும் பதிமூன்றாம் நூற்றாண்டைச் சேர்ந்த கனாமி (Kan'ami) என்னும் ஆசிரியரும் அவர் மகன் (Zeami) என்னும் ஆசிரியரும் அதைத் தொடங்கிவைத்தவர்களாகக் கொண்டாடப்படுகிறார்கள்.

கதகளி போர்க்கலைக்கு மிக அணுக்கமானது. களரிப்பயற்றுக்கும் கதகளிக்கும் ஒரே பயிற்சிதான். கதகளிபோலவே நெடுங்காலப் பயிற்சி தேவைப்படும் கலை நோ நாடகம். ஆகவே அதற்கான பயிற்சிக்களங்களும் தொன்மையான பயிற்சி முறைகளும் உள்ளன.

கதகளி போலவே நன்கு வகுக்கப்பட்ட கை முத்திரைகளும் அசைவு இலக்கணங்களும் கொண்டது நோ நாடகம். கதகளியில் தெக்கன் சிட்டை, வடக்கன் சிட்டை என இடம் சார்ந்த வகைபாடுகளும் அதற்குள் கப்ளிங்காடு மரபு என பல குரு மரபுகளும் உண்டு. நோ நாடகத்திலும் இயெமொட்டொ (iemoto) என்னும் மரபுசார் அமைப்புக்கள் உண்டு.

கதகளி, நோ நாடகம் போன்ற கலைவடிவங்கள் போர்க்கலையுடன் நெருக்கமான தொடர்புடையவை. பெரும்பாலும் போர்ச்சாதிகளால் உருவாக்கப்பட்டு நடிக்கப்படுபவை. அவற்றின் நடன அசைவுகள் போர்க்கலையில் இருந்து எடுக்கப்படுகின்றன. அவற்றின்

அறுதிச்சுவை அமைதி, அன்பு ஆகியவையாக இருந்தாலும் நிகழ்த்துதலில் பெரும்பகுதி வன்முறை, குரூரம் சார்ந்ததாகவே இருக்கும். ஒருவகையில் இவை போரின் உணர்வுகளை சமூகத்தில் நீட்டிக்க வைக்கின்றன. உலகமெங்கும் பெரிய காவியங்களின் இயல்பும் போர்க்கொண்டாட்டமாகவே இருப்பதைக் காணலாம்.

நான் டெல்லியிலும் திரிச்சூரிலும் சர்வதேச நாடகவிழாக்களில் நோ நாடகத்தைப் பார்த்திருக்கிறேன். அது அவ்வப்போது நகைச்சுவையும் கொஞ்சம் காதலும் கொண்டதும், முதன்மையாக நடன அசைவுகளாக வெளிப்படும் கூரிய வன்முறையும் கொண்டதாகவே தோன்றியது.

சிவந்த ஆலயத்தின் சிவப்பு நோ நாடகத்தை நினைவுக்குக் கொண்டு வந்தது. நோ நாடகத்திலும் சிவந்த நிறம் என்பது ரஜோ குணத்தையே குறிக்கிறது. சிவந்த கோயில் அவ்வகையில் குறியீட்டுத்தன்மை கொண்டது. காமகுரா நகரின் பண்பாட்டு மையம் இந்த ஆலயம்தான். இங்குள்ள பெரும்பாலான விழாக்கள் இங்கேதான் நடந்துகொண்டிருந்தன. நோ நாடகமும் இங்கே நடந்தது.

சுருகாவோக்கா ஆலயம் 'ஹாச்சிமான்' எனப்படும் ஷிண்டோ தெய்வத்தின் ஆலயமாக இருந்திருக்கிறது. ஹாச்சிமான் வில்-அம்புக் கலை மற்றும் வெற்றியின் தெய்வம். ரஜோ குணம் கொண்டது. ஜப்பானின் காவலர் என கருதப்படும் 'ஆவித்தெய்வம்' இது. சாமுராய்களால் வழிபடப்பட்டது. பின்னர் இந்த ஆலயம் தெண்டாய் பௌத்த மரபுடன் இணைந்தது. ஷிண்டோ மதம் தொன்மையான ஆவி வழிபாடு - நீத்தார் வழிபாட்டு மரபிலிருந்து உருவானது. பௌத்தம் ஆவிவழிபாட்டையும் - நீத்தார் வழிபாட்டையும் தன்னுடன் இணைத்துக்கொண்டது. நாம் எண்ணுவது சரிதான், ஹாச்சிமான் இன்று ஒரு ஜப்பானிய காமிக்ஸ் சாகசக் கதைநாயகர்; அப்படித்தான் ஜப்பானியக் குழந்தைகளுக்குத் தெரியும்.

இந்த ஆலயம் 1063-ல் கட்டப்பட்டது. கிபி 270-310-ல், அதாவது தமிழகத்தில் சங்க காலத்தின் இறுதி. ஜப்பானை ஆண்ட 15 ஆவது சக்கரவர்த்தியான ஓஜின் (Emperor Ojin) அவருடைய மறைவுக்குப் பின்னர் அவருடைய அன்னை ஜிங்குவாலும் (Jingu) மனைவி ஹைம் காமியாலும் (Hime-gami) தெய்வமாக்கப்பட்டு ஹாச்சிமான் என்னும் காவல்தெய்வமாக நிறுவப் பட்டார். காமகுரா ஷோகன் அதிகாரத்தை

ஓஜின் சக்கரவர்த்தி

நிறுவிய மினமோட்டோ நோ யோரிட்டோமோங் (Minamoto no Yoritomo) *1192*-ல் கமாகுராவில் தன் அரசைப் பாதுகாக்கும் பொருட்டு ஹாச்சிமான் தெய்வத்தை இங்கே நிறுவினார்.

சுருகாவோக்கா ஆலயம் இப்போது ஷிண்டோ மதத்தின் ஆலயமாக மட்டுமே நீடிக்கின்றது. ஆனால் அது நிறுவப்பட்டபின் *1868* வரை அது பௌத்த ஆலயமாகவும் திகழ்ந்திருக்கிறது. ஜப்பானிய 'காமி' எனப்படும் ஆவி வழிபாட்டை போதிசத்வர்கள் உலகளாவ மானுடர்களில் வெளிப்பட்டமையின் விளைவு என பௌத்தம் விளக்கியது. *1868*-ல் 'Shinbutsu Bunri' என அழைக்கப்பட்ட 'பௌத்த-ஷிண்டோ பிரிவினை ஆணை'யின்படி இந்த ஆலயம் மீண்டும் ஷிண்டோ மதத்தின் ஆலயமாக ஆக்கப்பட்டது.

இந்தப் பிரிவினை உத்தரவு மிகவும் ஆர்வமூட்டுவது. *1868*-ல் ஜப்பானில் 'மெய்ஜி மறுசீரமைப்பு' என்று இன்று அறியப்படும் சில சீர்திருத்தங்கள் நிகழ்ந்தன. ஜப்பானிய மரபை மறு கட்டமைப்பு செய்யும் அரசாணை மெய்ஜி சக்கரவர்த்தியால் பிறப்பிக்கப்பட்டது. ஜப்பானிய ஆலயங்கள் அனைத்துமே அதன்படி பழுது பார்க்கப் பட்டன. அதுவரை ஷிண்டோ மதமும் பௌத்தமதமும் ஒன்றாகக் கலந்து தொன்மங்களும் ஆசாரங்களும் ஒன்றாகி ஒற்றை அமைப்பாக இருந்தன. ஆளுக்குத் தோன்றியபடி மாற்றங்கள் நிகழ்த்தப்பட்டன. ஆலயங்களும் சிற்பங்களும் சிதைத்து மீண்டும் உருவாக்கப்பட்டன.

விளைவாக ஜப்பானிய மரபு அழியத் தொடங்கியது. சக்கரவர்த்தி மெய்ஜி (Emperor Meiji) ஜப்பானிய பண்பாட்டின் தனித்தன்மையைப் பேணும்பொருட்டு இந்த நடவடிக்கையை எடுத்தார். இன்றைய ஜப்பானிய வழிபாட்டிடங்கள் எதைப் பார்த்தாலும் மெய்ஜி சீரமைப்புக்கு முன் பின் என பிரித்து எழுதப்பட்டிருப்பதைப் பார்க்கலாம். ஜப்பானிய ஆலயங்களில் எதையும் மாற்றக்கூடாது, அவை அவ்வண்ணமே பேணப்படவேண்டும் என மெய்ஜி ஆணை வலியுறுத்துகிறது.

தமிழகத்தில் ஓர் ஒப்புமையைச் சொல்வது என்றால் ராஜராஜ சோழன் ஆகமமுறை வழிபாட்டை தமிழகமெங்கும் நிலைநிறுத்தியதைக் குறிப்பிடலாம். அதற்கு முன் அந்தந்த இடங்களில் உள்ளவர்கள் அங்குள்ள வட்டார வழக்கப்படி வழிபாடுகளைச் செய்து கொண்டிருந்தனர். சைவத்தின் துணைச்சமயங்களான காபாலிகர்கள், காளாமுகர்கள் போன்றவர்களின் வழிபாட்டுச் சடங்குகளும் பல்வேறு நாட்டார்ச் சடங்குகளும் ஆலயங்களில் ஊடுருவியிருந்தன. அந்த கட்டற்ற தன்மையே ராஜராஜ சோழனை ஆகமமுறையைக் கொண்டுவரச் செய்தது.

சுருகாவோக்கா ஹச்சிமான்-கு ஆலயம் -
பௌத்த கட்டிடக்கலை கொண்ட ஷிண்டோ கோவில்

ஆனால், பரவலாக நம்பப்படுவதுபோல அந்நடவடிக்கை சம்ஸ்கிருத வழிபாட்டுமுறைகளை புகுத்துவதோ துணைச்சமய வழிபாட்டு முறைகளையும் நாட்டார் வழிபாட்டு முறைகளையும் அழிப்பதோ அல்ல. ஆகமமுறைக்குள்ளேயே அவை அனைத்துக்கும் இடம் அளிக்கப்பட்டது. அவை முறைப்படுத்தப்பட்டு மனதுக்குத் தோன்றியபடி மாறுதல்கள் செய்யமுடியாதபடி அரசு வரையறை உருவாக்கப்பட்டது, அவ்வளவுதான்.

ஜப்பானிய வரலாற்றை ஒரு சுருக்கமான வரைபடமாக ஆக்க முடியும் என்றால் இப்படிச் சொல்லலாம். காமகுராவில் சீன வணிகம் வழியாக உருவான சிற்றரசர் குடிகள் இணைந்து இணைந்து ஒற்றை நாடென்று ஆயின. அவற்றை இணைக்கும் மதமாக பல்வேறு பழங்குடி நம்பிக்கைகள், ஆசாரங்களின் தொகையாக ஷிண்டோ மதம் உருவாகியது. காமகுரா அந்தக் கூட்டமைப்பின் தலைநகர் ஆகியது.

அதன்பின் மேலும் வலுவான அரசு உருவாகும் பரிணாமத்தில் பௌத்தம் வந்துசேர்ந்தது. ஷிண்டோ மதத்துக்கு வலுவான தத்துவ அடிப்படையை பௌத்தம் அளித்தது. ஷிண்டோ பௌத்த இணைப்பு ஜப்பானியப் பேரரசுக்கான மத அடித்தளமாக அமைந்தது. பௌத்தம் தத்துவம், ஷிண்டோ ஆசாரம். அதாவது பௌத்தம் மூளை என்றும் ஷிண்டோ கால்கைகள் என்றும் சொல்லலாம். நாராவும் கியோட்டோவும் பௌத்த- ஷிண்டோ இணைப்புக் காலகட்டத்தைச் சேர்ந்தவை.

டோக்கியோ தலைநகராக ஆன சில ஆண்டுகளிலேயே மேய்ஜி சீரமைப்பு நிகழ்ந்தது. அதை ஒரு வரலாற்றுக் காலகட்டத்தின் முடிவு எனலாம். ஜப்பான் அதன்பின் நவீன காலகட்டத்துக்குள் நுழைந்தது. அதன்பின் இறந்தகாலம் என்பது நினைவுத்தொகை மட்டுமே. பேணப்படவேண்டிய செல்வம். ஆகவே பௌத்தமும் ஷிண்டோவும் பிரிக்கப்பட்டன. ஆலயங்கள் அதிகார மையங்களாக அல்லாமல் கலாச்சாரச் செல்வங்களாக கருதப்பட்டன. அவை உரியமுறையில் பழுதுபார்க்கப்பட்டு பேணப்பட்டன. முதல் சக்கரவர்த்தி மெய்ஜி வரையிலான காலமே ஜப்பானின் தொல்வரலாற்றுக் காலம் எனப் புரிந்துகொள்ளலாம்.

ஹாச்சிமானின் சிவந்த ஆலயம்தான் நாங்கள் ஜப்பானில் பார்த்த இறுதியான கலாச்சார - மத மையம். அதன் பின்னர் காலத்தால் பின்னகர்ந்து ஆகப் பழைய இடத்தைச் சென்றடைந்தோம். ஹாச்சிமான் ஆலயத்தின் முகப்பில் இருந்த சிவந்த தோரணவாயில் மிக எளிமையானது. அது ஜப்பானின் நான்கடுக்கு வரலாற்றில் நான்காவது அடுக்கான காமகுரா காலகட்டத்துக்குள் செல்வதற்கான நுழைவுவாயில் என தோன்றியது.

ஆலயம் வழியாக மேலும் தொல்காலத்துக்குச் செல்லமுடியும். யாகுரா (Yagura) என அழைக்கப்படும் சிறிய நினைவுத்தூண்கள் நிறுவப்பட்ட குகைகள் இங்குள்ளன. போரில் இறந்த சாமுராய் களுக்காக அமைக்கப்பட்டவை. உள்ளே நுழைய அனுமதி இல்லை. குளவிக்கூடு போல தொலைவிலிருந்தபோது தோற்றமளித்தன. இத்தகைய குகைகளை லடாக்கில் பார்த்திருக்கிறோம். காஷ்மீரில் இத்தகைய குகைகளுக்குள் அந்த நினைவுத்தூண்களைப் போலவே சிவலிங்கங்கள் நிற்பதையும் கண்டிருக்கிறோம்.

மிகப் பழங்காலத்தில் இறந்தவர்களை பிலங்களிலும் குகைகளிலும் போட்டுவிடும் வழக்கம் இருந்தது. அவை மண்ணுக்கு அடியில் செல்லும் வழிகள், மண்ணில் திறந்த வாய்கள் என்னும் நம்பிக்கை இருந்தது. அந்நம்பிக்கை பற்பல நூற்றாண்டுக்காலம் நீடித்தது. சாமுராய் யுகத்தின் உச்சத்தில் அவர்கள் மண்ணில் அரசர்களாக வாழ்ந்தனர். இறந்ததும் குகைகள் வழியாக மண்ணுக்குள் சென்று தெய்வங்கள் ஆயினர்.

ஆலயத்தைச் சுற்றிவந்து பார்த்துவிட்டு கிளம்பும்போது வரலாற்றின் அடித்தளம் வரைச் சென்று மீண்டும் நவீன ஜப்பானுக்குள் நுழையும் உணர்வை அடைந்தேன். சாமுராய்களின் உலகத்தில் உலவிக் கொண்டிருந்தபோது ஓர் இந்திய சாமுராய் நினைவில் எழுந்தார். பலரும் அறிந்திராதவர். அவர் நாயர்ஸான் என ஜப்பானியர்களால்

அய்யப்பன் பிள்ளை மாதவன் நாயர் - இகு அசாமி தம்பதி

மதிப்புடன் அழைக்கப்படுபவர். இந்தியச் சுதந்திரப்போராட்ட வீரர். சாகசமே வாழ்வெனக்கொண்ட மனிதர். அதைவிட முக்கியமாக எங்களூரைச் சேர்ந்தவர்.

அய்யப்பன் பிள்ளை மாதவன் நாயர் 1905-ல் கேரளத்தில் பழைய திருவிதாங்கூரில், திருவனந்தபுரம் அருகே நெய்யாற்றின்கரை என்னும் ஊரில் பிறந்தவர். திருவிதாங்கூரின் புகழ்பெற்ற நாயர் குடும்பத்தைச் சேர்ந்தவர். தாய் லக்ஷ்மி அம்மா. திருவனந்தபுரம் மாடல் பள்ளியில் பயில்கையில் அன்றைய திருவிதாங்கூர் அரசுக்கு எதிராக நிகழ்ந்த மாணவர் போராட்டங்களில் ஈடுபட்டார். அரசுக்கு எதிரான போர் புரிந்தார் என குற்றம்சாட்டப்பட்டு வழக்கு விசாரணை தொடங்கியதும் ஜப்பானுக்கு ரகசியமாக அனுப்பப்பட்டார். அவருடைய அண்ணன் ஏற்கனவே அங்கே மீனியல் பயின்றுகொண்டிருந்தார்.

கியோட்டோ பல்கலையில் பொறியியல் பயின்றார். ஜப்பானிய வலதுசாரி அரசியல் தலைவரான மிட்சுரு டொயோமா (Mitsuru Toyama) அவருடைய ஞானகுருவானார். கீழைநாடுகளின் விடுதலை என்னும் கருத்தை அவரிடமிருந்து பெற்றுக் கொண்டார். இந்தியாவில் பிரிட்டிஷ் அரசை நீக்குவதாக சூளுரை எடுத்துக் கொண்டார். ஜப்பானில் இந்தியர் கழகம் ஒன்றை நிறுவினார். ஜப்பானுக்கு வந்த ராஷ்பிகாரி போஸும் டொயோமாவின் மாணவரானார். நாயர்ஸான் ஜப்பானியப் பெண்ணான இகு அசாமியை (Iku Asami) மணந்தார். இகு தன்னை ஜானகியம்மா என்று பெயர் மாற்றிக்கொண்டார்.

நாயர்ஸான்

நாயர்ஸான் கல்லூரிகளில் ஆசியராகப் பணியாற்றினார். தமிழ், மலையாளம், ஆங்கிலம், ஜப்பானிய மொழி

ஆகியவற்றில் தீவிரமான பேச்சாளர். ராஷ் பிகாரி போஸுடன் இணைந்து இந்தியன் இண்டிபெண்டன்ஸ் லீக் அமைப்பதில் முதன்மைப் பங்கு வகித்தார். போர்க்கைதிகளை அதில் சேர்ப்பதில் அவருடைய பணி மிகப் பெரியது. ஜப்பானிய போர் ஒருங்கிணைப் பாளராக தமிழ்க்கைதிகளை பெரும்பாலும் அவர்தான் தெரிவு செய்தார். சுபாஷ் சந்திரபோஸுக்கு நெருக்கமானவராக திகழ்ந்தார். போரில் அவர் பலவகைகளில் பங்கெடுத்தார் - உளவாளியாகவும்.

போர்க்காலத்தில் பிரிட்டிஷ் அரசின் நெருக்குதலால் நாயர்ஸானின் குடும்பம் அவர் இறந்துவிட்டதாக அறிவித்தது. நீத்தார் சடங்குகளும் செய்யப்பட்டன. நாயர்ஸான் ஊருக்குத் திரும்பியது இந்தியா விடுதலை அடைந்த பின்னர்தான். ஆனால் அவர் ஜப்பானியக் குடிமகனாகவே நீடித்தார். போருக்குப் பின் 1949ல் ஜப்பானில் கின்ஸா என்னும் ஊரில் இந்தியன் ரெஸ்டாரெண்ட் ஒன்றை தொடங்கினார். அது பல அரசியல்தலைவர்கள் வந்து சென்ற இடமாக ஆகியது; ஒரு பண்பாட்டுமையமாக நீடித்தது.

நாயர்ஸான் எழுதிய தன்வரலாறு *'An Indian freedom fighter in Japan: Memoirs of A.M. Nair'* 1982-ல் வெளிவந்தது. அது மலையாளத்திலும் வெளிவந்து அதிகமாகப் படிக்கப்பட்ட நூல். அவருக்கு 1984-ல் ஜப்பானின் உயரிய விருதான 'Order of the Sacred Treasure' (Kun zuihosho) ஜப்பானிய சக்கரவர்த்தி ஹிரோஹிடோ அவர்களால் வழங்கப்பட்டது. 1990-ல் நாயர்ஸான் மறைந்தார்.

நாயர்ஸானின் வரலாற்றை சினிமாவாக எடுக்கவேண்டும் என என் நண்பரும் திரைப்பட இயக்குநருமான ஆல்பர்ட் ஆண்டனி முயன்றார். ஆல்பர்ட் நாயர்ஸானின் ஊரைச்சேர்ந்தவர். 'கண்ணே மடங்குக' போன்ற படங்களை எடுத்தவர். மோகன்லால் நடிக்க அதற்கு பூஜையும் போடப்பட்டது. இன்னொரு நடிகர் ஜாக்கிச்சான். தேவையான பெரும்பணத்தை திரட்டமுடியாமல் பத்தாண்டுகளாக அது கனவாகவே நீடிக்கிறது. அதன் திரைக்கதையைப்பற்றி நானும் ஆல்பியும் நிறைய பேசியிருக்கிறோம்.

காமகுராவிலிருந்து திரும்பும்போது சோர்வாக உணர்ந்தேன். கொள்கைசார்ந்த போராட்டங்களின் காலம் முடிவுக்கு வந்துவிட்டது. உலகை மாற்றியமைக்கும் கனவுகள் முடிந்துவிட்டன. எஞ்சியிருப்பது நுகர்வின் உலகம் மட்டுமே.நேர்நிலைக் கனவுகள் கொண்ட சாகசங் களுக்கு இன்று இடமில்லை. சாகசங்களுக்கான இடம் பழைமைமீட் பில் மட்டுமே உள்ளது போலும்.

ஆனால், சற்றேனும் சாகசம் இல்லாத வாழ்க்கை தாங்கிக்கொள்ள முடிவதாக இல்லை. ஏனென்றால் அது நாம் அதில் பிறந்ததனாலேயே

ஒரு நிலத்துடன், ஒரு வாழ்க்கையுடன் நம்மைக் கட்டிப்போடுகிறது. நம் வெளிப்பாடுகள் அனைத்தையும் குறுக்கிவிடுகிறது. சாகசம் என்பது எல்லைமீறல். புதிய இடங்களில் புதிய வகையில் தன்னை நிகழ்த்திக்கொள்ளுதல். தன்னைப் புதிதாகக் கண்டடைதல்.

சாகச அம்சத்தைத் தேடித்தான் என் பத்தொன்பது வயது முதல் அலைந்து திரிகிறேன். இன்று அது உலகமெங்கும் அலைவதாக மாறிவிட்டிருக்கிறது பெரும்பாலும் சாகசம் கனவில்தான். அக்கனவை தூண்டும் நிலவெளிகளை மட்டுமே நடைமுறையில் சென்று பார்க்கிறேன்.

அகிரா குரஸோவாவின் 'செவென் சாமுராய்' படத்தில் வரும் ஒருகாட்சியின் வசனம் பலவாறாக உருமாறி என்னுள் உள்ளது. 'வெற்றிக்குப்பின் சாமுராய் அடைவது வெறுமையைத்தான். அதில் மகிழ்ந்திருக்க அவனால் இயலாது. புதிய போர்க்களங்களை நாடி அவன் சென்றாகவேண்டும். போராட்டத்தில்தான் அவனுடைய மகிழ்ச்சி உள்ளது. அவன் கிளம்பிசென்றுகொண்டே இருக்க வேண்டியதுதான்'.

மடத்தனமாக இருக்கலாம், ஆனால் போரும் அழிவும் பிரிவும் துயரும் நிறைந்த அந்தக் காலகட்டம்தான் வாழ்க்கையை மேலும் அர்த்தப் படுத்துவது என்று தோன்றுகிறது.

- 15 -

காமகுராவின் வழியாக ஜப்பானின் தொன்மையில் இருந்து இன்றைய ஜப்பானின் மையமெனத் தோன்றிய ஒடைய்பாவுக்கு (Odaiba) சென்றோம். ஒடைய்பா என்பது டோக்கியோ வளைகுடாவில் உள்ள ஒரு பெரிய செயற்கைத்தீவு. வானவில் பாலம் என்னும் பெரிய அமைப்பு மையநிலத்துடன் ஒடைவாவை இணைக்கிறது. 1850-ல் பாதுகாப்புக் காரணங்களுக்காக இது அமைக்கப்பட்டது. அன்று இது ஒரு துறைமுக வாயில்.1990-ல் இது ஒரு வணிக- கேளிக்கை மையமாக மாற்றியமைக்கப்பட்டது.

இதை நியூயார்க்கின் மன்ஹாட்டன் ஸ்கைலைனின் ஒரு ஜப்பானிய மாதிரியாக ஆக்க முயன்றிருக்கிறார்கள். ஏற்கனவே இதைப்போன்ற இரு முயற்சிகளைக் கண்டிருக்கிறேன். ஒன்று, சிங்கப்பூரின் வளைகுடா பகுதி. இன்னொன்று துபாயின் ஈச்சமரத்தீவுக் கடற்கரை. இரண்டுமே வானுயர்ந்த கட்டடங்களின் நிரை கடலோரமாக அமைந்த பெரிய நிலவளைவுகள். இன்றைய நாகரிகம் என நாம் எண்ணும் கார்கள், விளக்குவெள்ளம், பலவகையான விளம்பரங்கள், விதவிதமான உணவகங்கள், விடுதிகள், நடுவே கண் திகைத்துச் சுற்றி வரும் மனிதர்கள்.

ஒடைய்பாவை நோக்கியபடி நின்றிருந்தபோது அதுவரை சென்ற ஜப்பானிய வரலாற்று இடங்கள் பற்றிய உளப்பதிவுகள் அனைத்தும் பெரிய அருவி ஒன்றால் அடித்துச் செல்லப்பட்டு முற்றிலும் புதிய ஓர் உலகம் என்னுள் நிறைந்தது. அது எவ்வகையிலும் தனித்துவம் கொண்டது அல்ல. இன்னும் சில ஆண்டுகளில் மும்பையோ அகமதாபாதோ அப்படி ஆகிவிடக்கூடும். இருபதாண்டுகளுக்கு முன் நான் வெளிநாட்டில் கண்டு வியந்தவை இன்று இந்தியாவில் சாதாரணமாக ஆகிவிட்டிருக்கின்றன.

ஒடைய்பா நகரம்

உண்மையில் இதுதான் ஜப்பான். டொயோட்டோ ஜப்பான். நாம் காணும் பழைய ஜப்பான் (அதை பழைய சொல்லால் டாய் நிப்பன் என அழைக்கலாம்) இன்றில்லை. அது நன்றாகப் பேணப்பட்டுவரும் ஓர் இறந்தகாலம். ஒரு வெறும் கனவு. ஜப்பானின் நிகழ்காலத்துக்கும் அதற்கும் எந்தத் தொடர்பும் இல்லை. சொல்லப்போனால் அது சுற்றுலாப்பயணிகளுக்காக பேணப்பட்டுவரும் ஒரு திறந்தவெளி அருங்காட்சியகம். கிமோனோ, சாமுராய், கடானா, ஜென்பௌத்தம், ஷிண்டோ மதம், தேநீர், பீங்கான் என அதன் காட்சிப்பொருட்கள் சுற்றுலாக் கவர்ச்சிகள் மட்டுமே.

ஒரு வாரம் அலைந்தபோதிலும் ஜப்பானின் தெருக்களில் எங்கும் ஜப்பானிய இசையின் ஒரு கீற்றைக்கூட என்னால் கேட்க முடியவில்லை. ஜப்பானின் பாரம்பரிய உடையணிந்த ஒருவரைக்கூட எங்கும் காணவில்லை - ஜென் ஆலயத்தில் ஒரே ஒரு பிக்ஷுவைக் கண்டதைத் தவிர. ஜப்பானிய ஷிண்டோ - பௌத்த ஆலயங்களில் எங்கும் விரல்விட்டு எண்ணத்தக்க ஜப்பானிய பக்தர்கள்கூட இல்லை. ஜப்பானியர்களாக நான் எண்ணியவர்கள் சுற்றுலாப்பயணிகளாகிய சீனர்கள். பள்ளிச் சுற்றுலா வந்த மாணவர்கள் சில இடங்களில் இருந்தனர். இந்த மதங்கள் அங்கே வாழும் நம்பிக்கைகள்தானா என்னும் ஐயம் உருவாகிறது.

நாம் ஜப்பான் என்றாலே நினைவுகூரும் ஜென் பௌத்த மரபுக்கும் இன்றைய ஜப்பானுக்கும் எந்தத் தொடர்பும் இருப்பதாகத் தெரியவில்லை. ஜப்பானே ஒரு பெரிய பரபரப்பான சந்தைபோலத் தெரிகிறது. கலைந்த பட்டாம்பூச்சிகள் போல சுழன்று பறக்கும் மனிதர்கள்.

பட்டாம்பூச்சிகளே கவனம்
முட்கள்
வருகிறது புயல்

என்னும் ஹைக்கூவை நினைத்துக்கொண்டேன்.

இன்றைய ஜப்பானைப் பார்க்கையில் அது அமெரிக்காவை நகலெடுக்க வெறிகொண்டிருப்பதைக் காணமுடிகிறது. செவியில் ஒலிக்கும் அனைத்து இசையும் அமெரிக்க இசைதான். ஒன்று நேரடியாக அமெரிக்க இசை, அல்லது ஜப்பானிய மொழியில் அமைந்த அமெரிக்க இசை. உடை அமெரிக்க மோஸ்தர்படி. வீடுகள் அமெரிக்க பாணியில் சீனாவில் இருந்து வரும் பொருட்களால் தயாரிக்கப்பட்டவை.

ஜப்பானியத்தன்மை என்பது இரண்டு வகையில்தான். ஒன்று உணவு. இன்னொன்று தோல்நிறமும் முக அமைப்பும். உணவுகூட விரைவாக மாறிக்கொண்டிருக்கிறது. பெரும்பாலான இடங்களில் அமெரிக்க சங்கிலித்தொடர் உணவகங்கள் வந்துவிட்டிருக்கின்றன. இளைஞர்கள், குறிப்பாகச் சிறுவர்கள் அதையே விரும்பி உண்கிறார்கள். அதை அவர்களின் உடலமைப்பிலும் காணமுடிகிறது. முந்தைய தலைமுறை ஜப்பானியர்களில் குண்டர்கள் குறைவு. இன்று சிறுவர்களில் பலர் வெடித்துவிடுபவர்கள்போல் தெரிகிறார்கள்.

தோற்றத்தை மாற்றிக்கொள்வதற்கும் ஜப்பானியர் முயன்றபடியே இருக்கிறார்கள். அமெரிக்கர்களைப்போல பலவண்ணங்களில் கூந்தலை மாற்றிக்கொண்டவர்களை, இமைகளில் வண்ணம் பூசியவர்களை பார்த்தேன். உடல் அளவிலும் அமெரிக்கர்களைப் போல ஒருநாள் மாறிவிடுவார்கள் என்ற எண்ணம் ஏற்பட்டது.

ஒடைய்பாவில் இரவு ஒன்பது மணிவரை அமர்ந்திருந்தோம். கண் எட்டும் தொலைவு வரை ஒளிப்பெருக்குகள் வழிந்தன, சுழித்தன... ஒரு மாபெரும் வாணவேடிக்கை போல. இங்கே அமெரிக்கச் சுதந்திரதேவிச் சிலை ஒன்றை சிறிய அளவில் செய்து வைத்திருக் கிறார்கள். அதன் முன் நின்று காதலர்கள் புகைப்படம் எடுத்துக் கொண்டார்கள். எங்கும் காதலர்கள். உலகமெங்கும் காதலர்கள் செய்துகொள்ளும் உடலசைவுகள்.

ஜப்பானியக் குடும்ப அமைப்பிலும் அமெரிக்கச் செல்வாக்கு பெரிய விளைவுகளை உருவாக்கிக் கொண்டிருக்கிறது என்கிறார்கள். பெண்கள் குடும்பங்களை உதறுவது மிகுந்து வருகிறது. பொது வாகவே மணமுறிவுகள், உறவுச்சிதைவுகள், விளைவான உளச்சோர்வு மிகுதி. தற்கொலைகள் மிகுதியாக நிகழும் நாடுகளில் ஒன்று ஜப்பான்.

அமெரிக்காவில் இருண்ட ஞாயிறு (gloomy sunday) என்பார்கள். இங்கே கொல்லும் திங்கள். திங்கள் அன்று காலையில் விரைவு ரயில் முன் குதிப்பதுதான் ஜப்பானின் வழக்கமான தற்கொலை முறை.

ஜப்பானை ஒட்டுமொத்தமாகப் பார்க்கையில் எனக்கு வறுமை என ஏதும் கண்ணுக்குப் படவில்லை. ஓரிரு போதையடிமைகள், வீடிலிகளைப் பார்த்தேன். ஆனால் பெரும்பாலும் வசதியான இல்லங்கள். தூய்மையான தெருக்கள். அமெரிக்காவில் செல்வச் செழிப்புக்கு நிகராக வறுமையும் கண்ணுக்குப்படும். அங்கே பொதுவாக தூய்மைப்பணியில் இருப்பவர்கள் வறியவர்களாக இருப்பார்கள். பெரும்பாலும் தென்னமேரிக்கர்கள், அல்லது கறுப்பர்கள். ஜப்பானில் தூய்மைப்பணியாளர்களிடம் வறுமையோ அதிலிருந்து எழும் விலக்கமோ தென்படவில்லை. மூக்குக்கண்ணாடி அணிந்து உற்சாகமாகப் பேசியபடியே வேலை செய்கிறார்கள்.

ஜப்பானில் அரசியல் நிலையின்மை இல்லை. பொதுவாழ்வில் உயர்மட்ட ஊழல்கள் உள்ளன என அவ்வப்போது எழும் செய்திகள் காட்டுகின்றன. ஆனால் அன்றாட வாழ்க்கையில் அரசு நிர்வாகம் மிகமிகத் திறமையானது. மிக நேர்மையானதும்கூட. ஜப்பானிய சமூகமே நட்பார்ந்தது. நான் ஜெர்மனியிலும் சுவிட்ஸர்லாந்திலும் பயணம் செய்கையில் நண்பர்கள் காரை, பிழையான இடத்தில் நிறுத்துவது பற்றியெல்லாம் பயந்து நடுங்குவதைப் பார்த்தேன். அவர்கள் காவலரை அஞ்சவில்லை; சக குடிமக்களைத்தான் அஞ்சினர். ஒருவரை ஒருவர் வேவு பார்ப்பது, புகார்செய்வது அங்குள்ள வழக்கம். அதில் உள்ளடங்கிய இனக்காழ்ப்பும் உண்டு. ஜப்பானில் அவ்வியல்பு இல்லை.

அப்படியென்றால் என்னதான் காரணம் இவர்களின் உளச்சோர்வுக்கு? மூன்று விஷயங்கள், ஒன்று வாழ்க்கையின் இலக்கு என சில மானுடனுக்குத் தேவை. ஜப்பானில் அரசியல் என்பதே இல்லை. அரசை மாற்றுவது, இன்னொருவகை சமூக அமைப்பை கனவு காண்பது என்பதற்கெல்லாம் இடமில்லை. ஆகவே சமூக லட்சியங்கள் இல்லை. எஞ்சுவது அன்றாடம் மட்டுமே. நடைமுறை மட்டுமே. அதன் வெறுமை உளச்சோர்வுக்கு முக்கியமான காரணம்.

அன்றாடம் மட்டுமே எஞ்சும்போது நுகர்வு மட்டுமே இன்பம் என ஆகிறது. நுகர்வுக்கு எல்லையே இல்லை. அது எப்போதும் ஒப்பீட்டுத் தன்மை கொண்டது. ஆகவே ஓடிக்கொண்டே இருக்கவேண்டி யிருக்கிறது. எவ்வளவு ஈட்டினாலும் போதாது. நுகர்வின் இன்பம் என்பது ஒரு மாயை. பத்துநிமிட இன்பத்துக்காக பத்தாண்டுகள் கடுமையாக உழைக்கவேண்டியிருக்கும். நுகர்வில் இன்பத்தைக்

கொண்டிருக்கும் சமூகம் கடும் உழைப்பில் உளச்சோர்வையே அறுதியாகச் சென்றடையும். ஏனென்றால் நுகர்வுப்பொருளியல் நுகர்வு வெறியை வளர்க்கும். அதன்பொருட்டு எப்போதும் மாறாத நிறைவின்மையை சமூக உளவியலில் நிலைநிறுத்தியிருக்கும்.

நுகர்வில் இன்பம் என்னும்போது இயல்பாகவே குடும்ப அமைப்பு ஆற்றலிழக்கிறது. இன்னொருவருக்காக வாழ்வது என்பது இல்லாமலானாலே குடும்பம் சிதையத் தொடங்கிவிடும். என் இன்பத்தை, என் நலனை மட்டுமே நான் நாடுவேன் என்பவன் இயல்பாக குடும்பத்தை இழக்கிறான். ஆனால் குடும்பம்தான் அவனுக்கு மெய்யான பாதுகாப்பை, ஆதரவை அளிக்கிறது. தன்னலத்தைத் துறந்தாலொழிய அதை அடையமுடியாது.

உன் இன்பத்தை நீ நாடுக என்று சொல்லும் எப்பண்பாடும் குடும்பம் என்னும் அமைப்பையே தாக்குகிறது. ஆனால் தன்னலத்துக்காகக் குடும்பத்தை துறப்பவன் அடைவனவற்றைவிடப் பலமடங்கு இழக்கிறான். குடும்பச்சிதைவு நேரடியாகவே தனிமைக்குத்தான் இட்டுச்செல்கிறது. ஆகவே உன் இன்பத்தை நீ நாடு என்று சொல்லும் எந்தக் குரலும் தொடர்ந்து அதன் விளைவான தனிமையைச் சென்றடைவாய் என்பதையும்தான் சொல்லிக்கொண்டிருக்கிறது.

அனைத்தையும்விட முக்கியமானது உழைப்பு. மனிதன் உழைப்பதற் காகப் படைக்கப்பட்டவன் அல்ல. குறைவாக உழைக்கும் மக்கள்தான் உலகமெங்கும் மகிழ்ச்சியாக இருக்கிறார்கள் - பழங்குடிகள் உதாரணம். ஜப்பானியர் வெறிகொண்ட உழைப்பை தன் இயல்பாகக் கொண்டவர்கள். அச்சமூகமே அப்படி கட்டமைக்கப்பட்டிருக்கிறது. ஜப்பானில் ஒரு இடைநிலை வாழ்க்கை வாழ வாரம் முழுக்க கடுமை யாக உழைத்தாகவேண்டும். ஒரு ஜப்பானியப் பண்புநலனாகவே முழுஅர்ப்பணிப்புள்ள உழைப்பு உலகமெங்கும் கொண்டுசெல்லப் படுகிறது. சிங்கப்பூரிலேயே ஜப்பானிய உழைப்பு போற்றிப் புகழப்படு வதை நான் கண்டிருக்கிறேன்.

நண்பர்கள் ஜப்பானில் உழைப்பு நிகழும் விதத்தைச் சொன்னார்கள். அலுவலகம் எப்போது முடியும் என்பது இல்லை. மேலதிகாரி சென்ற பின் செல்லலாம். மேலதிகாரி எளிதில் செல்லமாட்டார். வேலைப் போதையால்தான் அவர் அந்த இடத்துக்கே வந்திருப்பார். அதிலும் ஜப்பானிய நிறுவனங்களில் மேல்கீழ் அடுக்குகள் மிகமிக வலுவானவை. ஆகவே ஜப்பானிய இளைஞனின் இளமைப்பருவம் உழைப்பிலேயே தீர்ந்துவிடும்.

அத்தகைய உழைப்பு சட்டென்று உளச்சோர்வை நோக்கிக் கொண்டு செல்லும். ஒருவரின் உழைப்பும் தனிப்பட்ட பொழுதும் இணையாக

இருக்கவேண்டும். அந்த தனிப்பொழுதில் தனக்கான கேளிக்கைகளும் சாதனைகளும் இருக்கவேண்டும். அனைத்தையும்விட ஒன்று உண்டு, மனிதனின் ஆன்மிகத்தேடல் அத்தகைய தனிப்பொழுதுகளில் மட்டுமே நிகழ முடியும். மனிதவாழ்க்கையில் உருவாக்கும் மாபெரும் வெற்றிடங்களை நிரப்புவது அதுவே.

வெரியர் எல்வின் தன் நூல்களில் பழங்குடி வாழ்க்கையில் வேலையும் தனிப்பட்டபொழுதும் எப்படி இணையாக இருக்கிறது என்பதையும் ஆகவே பழங்குடிகள் மகிழ்ச்சியாக இருக்கிறார்கள் என்பதையும் பதிவுசெய்கிறார். பலநாட்கள் அமர்ந்து தன் நண்பனுக்கு பரிசளிக்க ஒரு மரச்சிற்பத்தைச் செதுக்கும் ஒரு பழங்குடியினரின் சித்திரத்தை வெரியர் எல்வின் எழுதியதை நினைவுகூர்கிறேன். மறுபக்கம் விவசாயிகள் இடைவெளியே இல்லாத உழைப்பால் வாழ்க்கையையே ஒரு மாபெரும் வதையாக மாற்றிவைத்திருக் கிறார்கள் என்பதை அவர் காட்டுகிறார்.

நவீனத் தொழில்நுட்பம் இயந்திரங்கள் வழியாக மானுட வாழ்க்கையை எளிதாக ஆக்கவேண்டும். ஓய்வைப் பெருக்கி வாழ்க்கையை மகிழ்ச்சிகரமானதாக ஆக்கவேண்டும். ஆனால் அது மனிதனை மேலும் மேலும் உழைப்பில் கட்டிப்போட்டு உளச் சோர்வுக்கே ஆளாக்குகிறது. ஜப்பான் அந்த உளச்சோர்வுடன்தான் போராடிக்கொண்டிருக்கிறது. இந்தியா உட்பட அனைத்து நாடுகளும் அந்த திசைநோக்கியே செல்கிறோம்.

சென்றமுறை கம்போடியா சென்றபோது நண்பர் சிட்னி கார்த்திக் அவருடைய நிறுவனம் ஊழியர்களின் ‘உழைப்புத்திறனை’ மேம்படுத்தும் அறிவியல்வழிகளைக் கடைப்பிடிப்பதையும் அதற்கான பயிற்சிகளை அவர் உட்பட்டோர் அளிப்பதையும் பெருமிதத்துடன் சொன்னார். அது மனிதனின் ‘திறனை’ கூட்டி அவனை மேலும் ‘பயனுள்ள’வர்களாக ஆக்குவதாக நம்பினார். அவருடைய முன்மாதிரி முறைகள் அனைத்தும் ஜப்பானால் வடிவமைக்கப்பட்டவை.

நான் அது எப்படி ஒரு நவீன அடிமைத்தனம் என்று சொன்னேன். வாழ்வதற்காக உழைப்பு, உழைப்பதற்காக வாழ்க்கை என்னும் ஒரு நச்சுவட்டத்தில் மனிதனைச் சிக்கவைக்கிறது அது. மனிதன் அவன் ஒரு குறிப்பிட்ட வேலையைச் செய்வதற்காக உருவானவன் அல்ல. அவனுடைய வாழ்க்கையின் மிகச் சிறிய பங்குதான் வேலையும் உழைப்பும். அந்த வேலைக்கும் உழைப்புக்கும் உகந்த முறையில் அவனை உருக்கி வார்ப்பது என்பது வேறெதற்கும் பொருந்தாதவனாக அவனை ஆக்குவது. அவன் ஒரு இயந்திர உறுப்பு போல மாறிவிடுகிறான்.

பழைய காலத்தில் கப்பல்களில் துடுப்புகளுடன் சேர்த்து நிரந்தரமாக இரும்புத்தளையால் பிணைக்கப்பட்ட அடிமைகளுக்கும் இத்தகைய உழைப்பாளிகளுக்கும் என்ன வேறுபாடு? உண்மையில் இத்தகைய உழைப்பாளிகளைவிட வறுமையில் அன்றாட உணவைத் தேடி வாழும் மனிதர்கள் மேலும் மகிழ்ச்சியாக இருக்கிறார்கள்.

ஜப்பானின் அழகு, தூய்மை அனைத்துடனும் இணைந்து இந்த மானுடப் பிரச்னையையும் உணர்ந்துகொண்டேதான் இருந்தேன். இது உலகமெங்கும் வலுப்பெற்று வரும் பிரச்னை. ஆனால் ஐரோப்பா அதைக் கடக்கும் முயற்சியிலும் இருக்கிறது. உழைப்பு வாழ்க்கையின் ஒரு பகுதி மட்டுமே என்ற எண்ணம் அங்கே வலுவாகவே உருவாகிக் கொண்டிருக்கிறது. ஒவ்வொருவரும் தங்களுக்கான வாழ்க்கையைத் தேடுவதன் தேவையை அது உணர்ந்திருக்கிறது என ஐரோப்பாவில் பயணம்செய்கையில் நண்பர்கள் சொன்னார்கள்.

வெறுமே இருப்பதன் விடுதலையைப் பேசிய மண்ணில், மையத்தில் புத்தர் முற்றும் கடந்து ஊழ்கத்தில் அமர்ந்திருக்கும் பண்பாட்டில், இன்று உருவாகியிருக்கும் இந்த வாழ்க்கையை முன்வைத்து இதைப் பேசவேண்டியிருப்பது விந்தைதான். தத்துவமும் வாழ்க்கையும் எதிரெதிர்திசைகளில்தான் பயணம் செய்கின்றன என்று படுகிறது.

- 16 -

மே 16, ஜப்பானில் இருந்து கிளம்பும் நாள். செந்திலின் இல்லத்தில் தான் முதல் ஐந்து நாட்களும் தங்கியிருந்தோம். விசாவுக்காக விடுதி அறை போடவேண்டியிருந்தது. அதை ரத்து செய்தாலும் பாதி செலவாகும். ஆகவே இறுதி இரண்டு நாட்கள் விடுதியில் தங்கினோம்.

ஜப்பானிய விடுதிகள் வசதியானவை. ஆனால் சிறியவை. ஆடம்பரங் கள் இருப்பதில்லை. அதேசமயம் உபசரிப்பு மிக மிக தொழில் முறையானது. ஒரு சிறிய கோரிக்கைகூட நிறைவேற்றப்படும். காலையுணவு ஜப்பானிய முறைப்படி இருந்தது.

காலையில் செந்திலின் இல்லத்துக்குச் சென்று விடைபெற்றுக் கொண்டோம். அவருடைய மனைவி காயத்ரி குழந்தைகள் கவின், காவ்யா ஆகியோரிடம் அமர்ந்து புகைப்படம் எடுத்தோம். இவ்வாறு சிலநாட்கள் ஓர் இல்லத்தில் தங்கும்போது குழந்தைகள் மிக அணுக்கமாகிவிடுகின்றன. வீட்டின் வழக்கமான இயல்புக்கு மாறாக எது நடந்தாலும் குழந்தைகள் உற்சாகமாகிவிடுகின்றன. ஒரு விருந்தினர் என்றால் அவரைக் கூர்ந்து கவனிப்பது அவர்களுக்கு கொண்டாட்டமானது.

காவ்யா அடாவடித்தனமான தங்கை. அவ்வாறு தங்கை வாய்க்கையில் அண்ணன்கள் சாந்தமாக ஆகிவிடுகிறார்கள். கவின் கனிந்த மனநிலையுடன் தெரிந்தான். சின்னவயதில் நானும் தங்கையும் அப்படித்தான் இருந்தோம். காயத்ரி திருச்சியைச் சேர்ந்தவர். நாங்கள் அங்கே பெரும்பாலும் இரவுதான் சாப்பிட்டோம். ஒவ்வொரு நாளும் திருச்சிப் பகுதியைச் சேர்ந்த ஒவ்வொரு சிறப்பு உணவை சமைத்து அளித்தார். அத்தனை தொலைவில் திருச்சியின் சுவை. பொதுவாகவே நான் பாரம்பரியச் சுவைகளை மிக விரும்புபவன்.

காலையில் விமானம். செந்தில் விமானநிலையம் வந்து வழியனுப்பினார். எட்டாம் தேதி சென்று இறங்கினோம். 16 ஆம்தேதி விமானம் ஏறினோம். ஏழுநாட்கள்தான் ஜப்பானில் இருந்தோம். ஆனால் செந்திலின் மிகத் திறமையான திட்டமிடல் காரணமாக ஒரு மணிநேரம்கூட வீணாகவில்லை. ஜப்பானின் ஒட்டுமொத்தத்தையே பார்த்ததுபோல அனைத்து இடங்களுக்கும் சென்றோம். ஒரு முழுமை யான அனுபவம்.

ஜப்பானைப் பற்றி அறிந்துகொண்டேனா என்றால் இல்லை, அறிவதற்கான ஒரு தொடக்கம் அமைந்துள்ளது என்பதே என் எண்ணம். எந்த ஒரு நாட்டையும் அங்கே செல்லாமல் உணர்வது கடினம் என்பதே என் அறிதலாக உள்ளது. அங்கு சென்றதும் ஓர் உள்ளுணர்வுசார்ந்த புரிதல் உருவாகிறது. திட்டமிட்ட வாசிப்பினூடாக அதைப் பெருக்கிக்கொள்ளலாம். ஆனால் அங்கு சென்றாலும்கூட திட்டமிட்டு பயணம் செய்து ஒரு குறுக்குவெட்டுத் தோற்றத்தை உருவாக்கிக் கொள்ளவேண்டியிருக்கிறது.

வரலாற்றை, பண்பாட்டைத் தரவுகளாகத் தெரிந்துகொள்ளலாம். ஆனால் அவை நினைவில் நிற்பதில்லை. இணைந்து ஒரு சித்திரத்தையும் உருவாக்குவதில்லை. தரவுகள் நமக்கு அனுபவங்கள் ஆகவேண்டும். அதற்கு பயணங்கள் ஒரு முக்கியமான வழி. வரலாறு, பண்பாடு ஆகியவற்றை நாம் வெவ்வேறு கோணங்களில் பேசிப்பேசித்தான் புரிந்துகொள்கிறோம். வகுத்துக்கொள்கிறோம். ஏனென்றால் இவை இரண்டிலும் 'சரியான' பார்வை என்பது இல்லை. எல்லா பார்வைகளுக்கும் இடம் உண்டு.

நாம் ஒரு நாட்டை ஒரு பண்பாட்டை மிக அந்தரங்கமாகவே அறிகிறோம். அது பெரும்பாலும் ஒருசில படிமங்கள் வழியாகவே. நான் பயணங்களில் அப்படிப்பட்ட தனிப்பட்ட படிமங்களையே உருவாக்கிக்கொள்ள முயல்கிறேன். அவற்றையே என்னுள் வளர்த்துக்கொள்கிறேன். அவற்றையே பயணக்கட்டுரைகளில் பதிவும் செய்கிறேன். என்னைப்பொறுத்தவரை தரவுகளும் அனுபவங்களும் படிமங்களுக்கான பாதை மட்டுமே.

www.ingramcontent.com/pod-product-compliance
Lightning Source LLC
LaVergne TN
LVHW100547051026
849519LV00003B/865
* 9 7 8 9 3 5 1 3 5 0 3 6 1 *